PHÓNG SINH
CHUYỆN NHỎ
KHÓ LÀM

PHÓNG SINH - CHUYỆN NHỎ KHÓ LÀM

NGUYÊN MINH

NGUYÊN MINH

PHÓNG SINH CHUYỆN NHỎ KHÓ LÀM

NHÀ XUẤT BẢN LIÊN PHẬT HỘI
UNITED BUDDHIST PUBLISHER - UBP

LỜI NÓI ĐẦU

Một buổi tối trăng tròn, dưới ánh trăng dìu dịu xuyên qua những kẽ lá của một tán cây rộng trước sân nhà, tôi và mấy người bạn cùng ngồi trò chuyện ở một góc sân.

Tưởng không còn gì có thể thú vị và êm ả hơn một không khí yên bình và thanh thản đến thế, nếu như không phải là một trong những người bạn tôi hôm ấy vừa đi dự một buổi lễ phóng sinh về. Lòng anh nặng trĩu những nghi vấn: những nghi vấn của chính anh và của nhiều người khác đã đặt ra với anh. Mặc dù là một Phật tử thuần thành nhưng anh đã không tự lý giải được những vấn đề đó. Và anh đã không bỏ qua cơ hội gặp gỡ đêm hôm ấy để mang ra thảo luận cùng tất cả chúng tôi. Vì thế, không gian êm ả của đêm trăng nơi làng quê tĩnh mịch này đã trở nên sôi động với những ý kiến và nhận thức trái ngược nhau. Đôi khi, chúng tôi phải hoang mang vì tính chất hợp lý của cả hai vấn đề tưởng như không thể đi đến chỗ dung hòa.

Thường thì những buổi gặp gỡ như thế này của nhóm bạn chúng tôi đều có một chủ đề nhất định nào đó, và mỗi chúng tôi đều cố gắng trong phạm vi nhận thức của mình để cùng nhau góp phần vào cuộc thảo luận, sao cho đến lúc chia tay thì mỗi người đều có thể cảm thấy đã phần nào được hoàn thiện hơn trong tâm hồn cũng như trong cách nhìn về cuộc sống. Từ lâu, tất cả chúng tôi đều đã xem những buổi gặp gỡ như thế này là một nhu cầu không thể thiếu trong cuộc sống. Và chúng tôi duy trì việc này một cách tự nhiên cũng như sự hít thở, ăn uống mỗi ngày.

Và chủ đề đêm ấy đã là những vấn đề liên quan đến việc phóng sinh. Bản thân tôi cũng không ngờ là có quá nhiều điều để nói về một sự việc tưởng như rất đơn giản và dễ hiểu như thế. Chúng tôi đã chia tay nhau rất khuya, nhưng mỗi người đều có cảm giác là vẫn chưa nói hết được vấn đề, và hẹn nhau sẽ tiếp tục đặt lại vấn đề vào lần sau.

Tập sách nhỏ này được hình thành từ sau đêm trăng ấy, với sự gợi mở từ những vấn đề mà chúng tôi đã cùng nhau thảo luận. Bởi vì, kể từ sau đêm ấy, tôi đã không ngừng trăn trở với những vấn đề đã đặt ra, để rồi chợt nhận biết được một điều là: Trong cuộc sống không bao giờ có thể tìm thấy một vấn đề tách biệt, mà mỗi một vấn đề đều liên quan, bao hàm tất cả những vấn đề khác. Và câu chuyện nhỏ về phóng sinh cũng không ra ngoài quy luật ấy.

Vào thuở xa xưa, con người biết thực hiện việc phóng sinh từ lúc nào? Câu trả lời có thể là không dễ đưa ra, nhưng có một điều chắc chắn là con người hẳn phải làm việc này sau khi đã nhúng tay vào việc sát sinh. Bởi nếu không có ai làm việc sát sinh, thì cần gì phải có người làm việc phóng sinh? Mâu thuẫn về ý nghĩa của việc phóng sinh nảy sinh từ đây, và một số người phản đối hoặc xem thường, không ủng hộ việc phóng sinh không phải là không có những lý lẽ riêng của họ.

Nếu chúng ta thực hiện hành động phóng sinh chỉ đơn giản như một việc làm xuất phát từ tâm từ bi, chúng ta sẽ không có gì phải suy nghĩ, bàn luận nhiều về việc nên hay không nên, có lợi hay không có lợi, bởi vì tất cả những ý tưởng ấy đều không phải là động lực thúc đẩy hành động của chúng ta.

Tuy nhiên, với những ai làm việc phóng sinh theo lời khuyên dạy hay chỉ dẫn của người khác, hoặc xuất phát từ những động cơ nào đó khác hơn là tâm từ bi, những người ấy có thể sẽ phải đối mặt với rất nhiều nghi vấn và ý kiến phản bác. Một số người đã thối lui, từ bỏ việc phóng sinh chỉ vì nhận rằng những ý kiến phản bác ấy là hợp lý.

Mỗi ngày có hàng triệu sinh linh trên trái đất này bị con người giết hại, lại cũng có rất nhiều con vật được con người bảo vệ, giải thoát, cứu sống... Nhưng số sinh mạng được cứu sống "rất nhiều" này e là cũng không đến số hàng triệu như số bị giết hại. Đó là một sự thật! Và còn một sự thật khác nữa là người ta thường giết hại loài vật mà không hề đắn đo, do dự, nhưng lại "ra tay cứu giúp" với rất nhiều sự hoài nghi và phân vân, lưỡng lự.

Tôi đã gặp không ít người chưa từng tự mình làm việc phóng sinh, nhưng lại có thể đưa ra rất nhiều lý lẽ để phản bác, công kích những người làm việc này. Thật ra, họ cũng giống như những người chưa từng ăn phở, không nên đưa ra những lời khen, chê, bình phẩm về món ăn này. Tuy nhiên, họ vẫn làm điều đó một cách rất tự nhiên. Điều đáng buồn là lại cũng có không ít người vì nghe những lời chê bai, phản bác của họ mà đã bỏ lỡ đi nhiều cơ hội để thực hiện một công việc rất tốt đẹp, đó là việc phóng sinh.

Trong tập sách này có nêu lên một số lập luận của những người "chưa từng ăn phở" như tôi vừa nói. Và mục đích của người viết chỉ đơn giản là muốn giúp cho những người khác có thể hiểu đúng hơn về vấn đề, để không đến nỗi phải từ chối "ăn phở" chỉ vì nghe theo những lời bình phẩm của người ngoại cuộc.

Ngoài ra, người viết cũng mở rộng quan điểm về việc phóng sinh trên cơ sở là một vấn đề luôn có liên quan và bao hàm tất cả các vấn đề khác. Cách nhìn nhận này có thể là hơi xa lạ với một số người, nhưng thật ra là hoàn toàn dựa trên những gì đã được đức Phật giảng giải trong rất nhiều kinh điển. Vì thế, người viết hy vọng rằng cách nhìn nhận này có thể giúp bạn đọc hiểu sâu hơn về ý nghĩa của việc phóng sinh và sẽ không bỏ qua bất cứ cơ hội nào có thể thực hiện được việc làm tốt đẹp này.

Người viết cũng tin tưởng là tất cả chúng ta đều có thể thực hiện việc phóng sinh mỗi ngày trong cuộc sống. Và điều đó có thể mang lại những kết quả rất kỳ diệu mà những người "chưa từng ăn phở" không thể nào hiểu nổi. Tuy nhiên, chỉ cần bạn tiếp nhận vấn đề với một tâm hồn rộng mở, tôi tin chắc là bạn sẽ có thể tự mình cảm nhận được những gì trình bày trong sách này mà không cho rằng đó là những vấn đề quá siêu hình hay phức tạp.

Cuối cùng, tính chất chủ quan dựa theo nhận thức và kinh nghiệm sống của bản thân người viết luôn chi phối tất cả những gì trình bày trong sách này, vì thế chắc chắn không thể tránh khỏi có những phần sai sót nhất định. Người viết chân thành đón nhận và biết ơn đối với mọi sự góp ý từ bạn đọc gần xa. Và nếu như tập sách này có thể mang lại được đôi chút lợi lạc cho người đọc thì đó chính là niềm vui lớn nhất mà người viết luôn mong đợi.

Mùa Vu Lan 2005

Nguyên Minh

Ý nghĩa của đời sống

Chúng ta có thể sống, theo nghĩa đơn giản nhất của từ, mà không cần phải hiểu biết gì về sự sống. Chúng ta vẫn sống, cũng theo nghĩa đơn giản nhất của từ, ngay cả khi hoàn toàn bất lực không thể hiểu hết về sự sống, bất chấp những nỗ lực không ngừng của trí tuệ nhân loại qua nhiều thế kỷ nối tiếp nhau.

Nhưng nếu bạn cũng giống như tôi và rất nhiều người khác, những người luôn băn khoăn về những điều thấy nghe trong cuộc sống, thì chúng ta sẽ không thể thực sự được sống, theo nghĩa mở rộng của từ, nếu như không nhận ra một ý nghĩa nhất định nào đó của đời sống. Trong ý nghĩa này, có những con người tồn tại rất lâu trên mặt đất này nhưng chưa từng được sống. Và cũng có những con người tuy sớm từ giã nhân loại ở lứa tuổi đôi mươi, nhưng lại thực sự đã sống một đời sống đẹp.

Vì thế, bạn có thể không nhận hiểu hết về sự sống, vì đó là điều mà hầu hết chúng ta đều phải chấp nhận, nhưng bạn không thể không nhận ra một ý nghĩa nhất định nào đó của đời sống, nếu như bạn muốn thực sự được sống đúng nghĩa.

Trong thực tế, những điều chúng ta vừa nhắc đến có thể là hơi thừa. Bởi vì, một cách hoàn toàn tự nhiên, mỗi người trong chúng ta hầu như đều đã xác định cho mình một ý nghĩa sống như một nhu cầu tất yếu ngay từ lúc bắt đầu trưởng thành và thực sự trở thành một con người. Tuy nhiên, chúng ta thường hình thành nhận thức và sự lựa chọn của mình một cách rất tự nhiên, bằng vào nền tảng giáo dục, đạo đức, tín ngưỡng và những ảnh hưởng của môi trường tiếp xúc quanh ta từ thuở nhỏ. Chỉ khi có một lúc nào đó tự quay nhìn lại cuộc sống của chính mình, chúng ta mới nhận ra một nhận thức về ý nghĩa của đời sống là quan trọng đến mức nào.

Có những người nhìn cuộc sống rất giản đơn, và vì thế nên những gì họ theo đuổi cũng vô cùng đơn giản. Một số người khác có những nhận thức sâu sắc hơn, và vì thế cuộc sống của họ tất nhiên là cũng sẽ mang những màu sắc phức tạp hơn. Tuy nhiên, giản đơn hay phức tạp lại không phải là những yếu tố quyết định mang lại cho chúng ta một cuộc sống an vui và hạnh phúc. Điều quan trọng hơn là chúng ta phải hiểu đúng về ý nghĩa cuộc sống, không rơi vào những nhận thức sai lầm và luôn biết sống chân thật với chính mình cũng như với những người chung quanh.

Điều này giải thích vì sao những người dân quê chất phác nhiều khi lại có thể có đời sống vui vẻ tốt đẹp hơn nhiều so với một số người giàu có sống giữa thành phố nhộn nhịp và đầy đủ tiện nghi. Trong khi người dân quê có rất nhiều thời gian để tận hưởng những gì mà cuộc sống giản dị của họ mang đến, thì những người giàu có kia lắm khi lại không có khả năng cảm nhận và tận hưởng ngay cả những gì mà họ đã phải lao tâm khổ trí mới có được.

Nhưng nói như vậy không có nghĩa là chúng ta cổ vũ cho một nhận thức giản đơn về ý nghĩa đời sống. Vấn đề ở đây là sự giản đơn nhưng không sai lầm vẫn có thể mang lại cho chúng ta một cuộc sống vui trong chừng mực nào đó. Nhưng những hiểu biết đúng hướng và sâu xa hơn về ý nghĩa đời sống bao giờ cũng mang lại cho chúng ta những phần thưởng xứng đáng. Và trong ý nghĩa này thì đây lại chính là mục tiêu nhắm đến của tất cả những ai biết trân trọng và yêu quý cuộc sống này.

Từ thuở xa xưa, con người đã không ngừng nỗ lực suy tư, tìm hiểu về sự sống. Triết học, khoa học, tôn giáo đều có đưa ra những giải thích khác nhau, nhìn nhận khác nhau về sự sống. Nhưng tất cả đều thể hiện mối quan tâm của những bộ óc kiệt xuất trong nhân loại. Và tất cả đều thừa nhận một điều là: những hiểu biết đúng đắn về ý nghĩa đời sống có thể giúp nhân loại sống tốt hơn, có được nhiều an vui và hạnh phúc hơn trong những tháng năm ngắn ngủi của đời sống mà mỗi người có được.

Sự sống - điều bí ẩn muôn đời

Cho đến nay, con người vẫn bất lực trong việc dùng lý trí để giải thích về sự sống. Điều này cũng không có gì đáng ngạc nhiên, bởi những nền tảng mà lý trí dựa vào để suy luận, phân tích và giải thích vốn chỉ là những sản phẩm của chính con người, mà sự sống thì thực sự không do con người tạo ra nên không thể nằm trong những khuôn khổ đó.

Khi quan sát sự hình thành của một ngôi nhà, ta nhận ra được từng giai đoạn rõ rệt như chuẩn bị vật liệu, xây dựng, trang trí và hoàn tất... Tất cả những điều đó hoàn toàn có thể nhận biết được, và sự thay đổi trong mỗi một giai đoạn có thể giúp ta biết được hậu quả của nó trong kết quả sau cùng là sự tồn tại của ngôi nhà. Vật liệu xấu sẽ làm thành ngôi nhà xấu. Việc xây dựng cẩu thả, không đúng quy cách sẽ làm cho ngôi nhà không kiên cố... Mỗi một sự việc được quan sát trong suốt quá trình hình thành ngôi nhà đều có thể nhận biết và hiểu được. Ta không còn gì phải thắc mắc về sự hình thành của ngôi nhà.

Khi quan sát sự hình thành của một ngọn núi, một con sông, một mỏ than đá... ta không dễ dàng nhận biết tất cả như khi quan sát một ngôi nhà. Nhưng ta vẫn không đến nỗi bất lực. Với những kiến thức khoa học đã tích lũy qua nhiều thế hệ, ta vẫn có thể lý giải được sự hình thành của một ngọn núi, một con sông, một mỏ than đá... Ta có thể nói chính xác về những quãng thời gian kéo dài gấp trăm, gấp ngàn lần đời sống của một con người. Nhưng bằng vào những thành tựu của khoa học, ta có thể tin chắc rằng những kết luận đã được đưa ra là chính xác.

Rồi chúng ta vận dụng những hiểu biết của mình để quan sát sự hình thành của vũ trụ, và chúng ta vấp phải những giới hạn về thời gian cũng như không gian. Tuy vậy, chúng ta không hề nghĩ rằng sẽ hoàn toàn bất lực không thể vượt qua những giới hạn ấy. Những manh mối về nguồn gốc vũ trụ ngày càng rõ nét hơn. Chúng ta ngày càng biết được nhiều điều thú vị hơn. Ngày nay, chúng ta đã có nhiều kết quả quan sát kỳ thú về vũ trụ, với những khoảng cách không gian và thời gian được biểu thị bằng những con số dài đến mức làm cho chúng ta phải chóng mặt và kinh ngạc... Nói tóm lại, vẫn còn rất nhiều điều chưa biết, nhưng chúng ta tin rằng rồi chúng ta sẽ biết. Chúng ta tin rằng, đến một lúc nào đó thì con người cũng có thể đưa ra những giải thích thỏa đáng về sự hình thành của trái đất, mặt trời, mặt trăng, thái dương hệ... cũng giống như hiện nay chúng ta đã biết được về sự hình thành của những ngọn núi, con sông, mỏ than đá...

Nhưng khi ta quan sát sự hình thành của sự sống thì mọi việc lại hoàn toàn không giống như vậy. Chúng ta có thể nhìn thấy nhưng lại không thể hiểu được rất nhiều điều. Từ sự nảy mầm của một hạt đậu bé tí rồi dần lớn lên thành cây đậu, ra hoa, kết trái... Chúng ta có thể nhìn thấy tất cả, mô tả được tất cả, nhưng không sao giải thích được vì sao sự sống ấy lại diễn ra theo một trình tự đúng như thế mà không phải là khác đi. Làm sao mà cái hạt đậu bé tí kia lại có thể chứa đựng trong nó tất cả những thông tin cần thiết để nảy mầm đúng vào lúc có đủ các điều kiện cần thiết, rồi lớn lên như thế nào để lại tiếp tục tạo thành những hạt đậu mới, nối tiếp sự sống của chủng loại này trong tương lai.

Đó chỉ là một ví dụ đơn giản, vì chỉ là một cây đậu vô tri vô giác. Vấn đề sẽ phức tạp hơn rất nhiều khi chúng ta quan sát một con ong, một con kiến, một con nhện... Có biết bao điều chúng ta hoàn toàn không sao lý giải được, nhưng những con ong, con kiến, con nhện... nhỏ bé kia lại biết rất rõ để thực hiện một cách chính xác không nhầm lẫn! Và hơn thế nữa, không có một trường học nào được mở ra trong thế giới của những con vật bé nhỏ này, nhưng từng thế hệ nối tiếp nhau chúng vẫn duy trì một cách chính xác những gì mà thế hệ trước đó đã từng làm được. Hơn thế nữa, chúng còn biết cải tiến, hoàn thiện công việc và điều chỉnh thích hợp mỗi khi có sự thay đổi môi trường.

Những hiểu biết về thế giới vật chất dường như không thể giúp chúng ta lý giải thỏa đáng về cái gọi là sự sống. Và những gì chúng ta có thể quan sát được, mô tả được, lại không phải là tất cả những gì tạo nên sự sống!

Có một khác biệt nữa của sự sống mà chúng ta

không thể vận dụng những kiến thức và sự suy luận của lý trí để hiểu được như đối với thế giới vật chất, đó là tính chất lặp lại theo những chu kỳ nối tiếp nhau, dường như không có điểm khởi đầu hay kết thúc. Bạn sẽ trả lời như thế nào khi được hỏi là con gà và quả trứng, cái nào có trước? Không giống như một ngọn núi, con sông hay mỏ than đá... những sự vật mà chúng ta có thể dựa vào kiến thức khoa học để xác định chắc chắn là chúng đã hiện diện kể từ khoảng thời gian nào, hoặc sẽ tồn tại đến bao lâu... Những chu kỳ nối tiếp của sự sống không cho ta manh mối nào về một thời điểm khởi đầu hay kết thúc.

Thuyết tiến hóa của Charles Robert Darwin (1809-1882) ra đời như một bước tiến nhảy vọt trong sự hiểu biết của con người về sự sống. Nhưng điều nghịch lý ở đây là những hiểu biết mới lại như càng khơi thêm những bí ẩn mới. Giờ đây, thay vì đi tìm khởi điểm đầu tiên của con người - điều mà chúng ta vẫn chưa làm được - thì chúng ta lại biết rằng đó vẫn chưa phải là điểm kết thúc của cuộc truy tìm! Chúng ta biết là trước đó còn có sự tồn tại của một thủy tổ loài người, vốn là một loài động vật nào đó đã tiến hóa qua thời gian để trở thành con người. Tất cả như nằm ngoài những khả năng quan sát, nhận biết và lý giải của con người hiện nay.

Nhưng chúng ta không chỉ bất lực trong khía cạnh truy tìm khởi nguyên của sự sống nói chung. Ngay cả những gì đang hiện hữu trước mắt chúng ta cũng đòi hỏi những lời giải thích mà ta không có được. Tim, gan, phổi, thận... của chúng ta vẫn hoạt động liên tục trong từng giây phút để duy trì sự sống, nhưng mỗi chúng ta lại tự mình chẳng biết gì chúng, ngoài những mô tả nhận được từ người khác - từ sách vở, tài liệu y học, các nhà sinh vật học...! Khi cần quan sát lá gan - trong trường hợp có bệnh - ta phải nhờ đến máy móc, đến các chuyên gia y tế... còn bản thân chúng ta với tư cách là "chủ nhân" lại hoàn toàn chẳng biết gì! Thiết thực hơn nữa, những hoạt động trong từng giây phút của các cơ quan nội tạng là để duy trì cuộc sống của chính ta, nhưng ta lại hoàn toàn bất lực trong việc kiểm soát, điều khiển hay nhận biết về tình trạng hoạt động của chúng. Nói chung, chúng hoạt động như thể là thuộc về "một người khác" chứ không phải bản thân ta!

Nhưng cho dù bất lực trong việc tìm hiểu, lý giải về sự sống, sự thật là chúng ta vẫn sống. Vì thế, ta không còn cách nào khác hơn là phải chấp nhận một sự thật: sự sống vẫn còn đầy bí ẩn đối với tất cả chúng ta.

Sự sống mong manh

Bây giờ, thay vì tìm hiểu và lý giải về sự sống - điều mà chúng ta đã không thể làm được - chúng ta hãy thử quan sát và tìm ra những tính chất phổ quát của sự sống. Đây có thể là một công việc thú vị và có phần dễ dàng hơn, hoặc ít ra cũng là một việc có thể làm được. Bởi vì, như những gì chúng ta vừa đề cập thì sự bí ẩn cũng có thể được nêu lên như một trong những tính chất chung nhất của sự sống.

Một tính chất khác của sự sống mà chúng ta có thể dễ dàng nhận ra là sự mong manh, dễ chấm dứt. Khi bạn ngắt một chồi non trong vườn và quan sát, chỉ trong chốc lát nó héo rủ xuống và bạn biết là sự sống đã chấm dứt.

Trong khi sự tồn tại của vật chất quanh ta luôn phải trải qua một tiến trình nhất định để hư hoại, mất đi, thì sự chấm dứt của sự sống lại không giống như vậy. Nhỏ nhoi đến như một cái bàn, cái ghế... cũng không thể bỗng dưng biến mất trước mắt bạn. Nhưng sự sống lại có thể ra đi bất cứ lúc nào, và cũng hoàn toàn bí ẩn giống như khi nó hiện ra trong cuộc đời này.

Chỉ trong khoảnh khắc nào đó, một con vật rủ xuống trước mắt bạn và bạn biết là nó đã chết. Khối vật chất thịt xương vẫn còn đó, nhưng sự sống đã vắng mặt. Nó đi đâu, về đâu? Không ai biết! Nhưng điều chắc chắn là sự sống đã chấm dứt, và sự chấm dứt đó có thể xảy ra bởi vô số nguyên nhân - có cả những nguyên nhân mà chúng ta không hiểu được - cũng như có thể xảy ra vào bất cứ lúc nào.

Sự sống của con người cũng không đi ngoài quy luật ấy. Nó cũng mong manh và có thể chấm dứt bất cứ lúc nào. Không ai có thể đoan chắc là sự sống của chính mình có thể sẽ kéo dài được bao lâu. Những tin tưởng lạc quan theo kiểu "chúc nhau trăm tuổi bạc đầu râu" chỉ là gượng ép và hoàn toàn vô căn cứ. Sự thật mà mỗi chúng ta đều phải thừa nhận là sự sống này hết sức mong manh và có thể chấm dứt bất cứ lúc nào. Chúng ta có thể đã chứng kiến không ít những trường hợp người thân ra đi không báo trước, và bản thân ta cũng không thể là một ngoại lệ. Thảm họa sóng thần vào cuối năm 2004 ở vùng ven biển châu Á là một minh họa cụ thể với nỗi đau mà tất cả chúng ta đều không dễ quên đi, khi hàng trăm ngàn gia đình phải cùng lúc khóc than cho sự ra đi không báo trước của những người thân của họ.

Thật không dễ dàng chút nào khi phải đối mặt với sự thật là sự sống của bản thân ta rất mong manh và có thể chấm dứt bất cứ lúc nào. Nhưng đó là sự thật! Và việc nhận ra sự thật này có giá trị giúp bạn có được khả năng sống tốt hơn trong những ngày còn lại, cho dù bạn cũng không thể biết được là bao lâu!

Khát vọng sống còn

Hầu hết chúng ta đều tránh né không muốn đề cập đến một sự thật là ai cũng phải chết và có thể chết vào bất cứ lúc nào. Chúng ta luôn tránh né không muốn nhắc đến cái chết, cho dù ai cũng biết đó là một điều tất nhiên sẽ đến. Khi một gia đình mà ta quen biết có cụ ông hoặc cụ bà đã đến tuổi gần đất xa trời, muốn hỏi thăm tin tức về các cụ, không bao giờ ta lại hỏi rằng: "Cụ đã chết chưa?", mà luôn hỏi rằng: "Cụ còn khỏe không?" Thực ra thì trong lòng ta lúc ấy lại nghĩ rằng "có lẽ cụ đã chết" vì quá già, nhưng ta tránh né không muốn nói ra sự thật ấy, và luôn chọn đưa ra câu hỏi theo cách lạc quan hơn.

Sự tránh né của chúng ta nói lên một sự thật là: tất cả chúng ta đều không muốn chết, chúng ta luôn khao khát được sống.

Nhưng không chỉ là con người chúng ta. Tất cả loài vật cũng đều có khát vọng được sống còn. Bạn hãy thử gọi con chó nuôi trong nhà đến gần, rồi dùng tay chặn cổ nó xem. Sự thân thiện mà nó dành cho bạn sẽ mất dần khi mối đe dọa đến sự sống còn của nó gia tăng. Một khi nó đã cảm thấy sự vuốt ve của bạn chuyển dần sang thành một mối nguy hiểm, phản ứng của nó sẽ lập tức thay đổi. Nó sẽ vùng vẫy, và thậm chí có thể sẽ cắn bạn, điều mà trước đó nó không thể làm dù vì bất cứ lý do gì.

Chúng ta dễ dàng quan sát thấy những phản ứng thể hiện khát vọng sống còn của mọi loài vật. Khi đối diện với những mối nguy hiểm đe dọa sự sống còn, chúng vùng vẫy, trốn chạy hoặc chiến đấu. Dù là phải chọn giải pháp nào, chúng luôn sử dụng tất cả sức mạnh có được để tự bảo vệ sự sống của mình.

Khát vọng sống còn của con người còn thể hiện ở những hình thức mãnh liệt hơn, thậm chí đôi khi trở thành ngốc nghếch. Bạn có tin là Đường Minh Hoàng đã nghiêm túc phái những đoàn thuyền với lương thực và trang bị đầy đủ để vượt biển đi tìm... thuốc trường sinh? Hơn thế nữa, từ thuở xa xưa đã có không ít những người tin vào các thuật tu tiên, luyện thuốc, bùa chú... để đạt đến mục đích là sẽ được... sống hoài không chết! Tất nhiên là cho đến nay thì những nỗ lực, niềm tin theo cách đó chỉ có thể xem là ngốc nghếch, vì chúng ta vẫn chưa từng thấy được có ai thành công trong việc tìm kiếm một giải pháp để được trường sinh bất tử. Tuy nhiên, khát vọng sống còn của mỗi chúng ta thì vẫn còn nguyên vẹn đó, có lẽ cũng không khác gì mấy so với những tiền nhân đã sống cách ta hàng nghìn năm trước...

Điều nghịch lý ở đây là hầu hết chúng ta đều có thể dễ dàng nhận ra nhưng lại từ chối không muốn thừa nhận khát vọng sống còn ở các loài vật. Chúng ta thản nhiên cướp đi sự sống của rất nhiều loài vật để phục vụ cho đời sống của mình, đôi khi một cách xa xỉ không cần thiết. Bạn nghĩ sao khi một con tê giác nặng hàng tấn phải ngã xuống chỉ để người thợ săn có được cái sừng mang về? Bạn nghĩ sao khi người ta giết hại những con gấu chỉ vì túi mật của chúng? Và bạn nghĩ sao khi người ta dùng thuốc nổ thả xuống nước để giết chết tất cả những con cá trong một vùng để rồi chỉ chọn lấy những con cá lớn? Những điều đó chỉ có thể được thực hiện bởi những con người không hiểu gì về sự sống và chưa một lần nghĩ đến hay thừa nhận khát vọng sống còn của muôn loài, trong đó có cả con người.

Những vị khách không mời

Những ai đã từng làm cha mẹ đều có thể dễ dàng nhớ lại cảm giác lạ lùng khi đứa con cất tiếng khóc chào đời. Thật kỳ diệu biết bao! Cái sinh vật bé tí ấy, với đầy đủ tất cả những điều kiện để lớn lên thành một con người, có thể nào lại do chính ta tạo thành? Không một ông cha, bà mẹ nào tin vào điều đó. Vâng, quả đúng là đứa bé ấy do người mẹ sinh ra, là kết quả của sự gắn bó thương yêu giữa cha và mẹ, nhưng điều đó lại hoàn toàn không có nghĩa là chúng ta có khả năng "tạo ra" nó. Sự hình thành của "con người nhỏ bé" ấy phức tạp hơn nhiều, và bằng trực giác ta hiểu được điều đó.

Mỗi chúng ta đều có cảm nhận về đứa con của mình khi ra đời như một món quà tặng thiêng liêng, một báu vật vô giá mà ta hoàn toàn không thể hiểu được do đâu mình lại may mắn có được. Ta trân trọng, yêu quý và bảo vệ, nuôi nấng nó, cho dù ta có rất nhiều điều không hiểu được về sự ra đời cũng như lớn lên của nó để hiện hữu thành một con người giữa cuộc đời này.

Khi chúng ta xây dựng một ngôi nhà, hoặc đóng một cái bàn hay cái ghế, những thứ ấy được hình thành và hiện hữu trước mắt ta với tất cả những tính chất mà ta có thể hiểu và mô tả được. Nhưng sự ra đời của một đứa bé lại hoàn toàn không giống như vậy. Bởi vì ngoài cái khối vật chất hiện ra trước mắt ta với những thịt, xương, da, tế bào... mà khoa học có thể phân tích và liệt kê được, còn có một phần vô hình mà chúng ta hoàn toàn không thể nhận hiểu và mô tả, đã thực sự ra đời và song song tồn tại với phần vật chất mà ta nhìn thấy. Nhưng chỉ cần nhìn vào đôi mắt bé là ta có thể cảm nhận ngay được sự hiện hữu của phần tinh thần vô hình kia, cho dù ta không thể lý giải được nó đã từ đâu đến và đến như thế nào!

Cái phần tinh thần vô hình ấy, ta đã cảm nhận được rằng nó tồn tại dựa vào thể xác bằng xương thịt này, nhưng nó lại không chịu sự quy định bởi những tính chất của thể xác. Thể xác này có thể là cao lênh khênh hoặc lùn tịt, có thể là gầy ốm hoặc béo phì, cũng có thể là da vàng hoặc da trắng, da đen... nhưng tất cả những khác biệt ấy không có quan hệ nhất định nào với phần tinh thần đi kèm theo nó.

Bạn không thể dựa vào những quan sát vẻ ngoài của ai đó để kết luận rằng đó là người có tinh thần yếu đuối hay cứng rắn, đa cảm hay lạnh lùng, hiếu động hay trầm tĩnh...

Chính cái phần tinh thần vô hình này đã tạo cho ta cái cảm giác rằng "con người nhỏ bé" kia không phải hoàn toàn do ta "tạo ra". Người xưa đã nói một cách nôm na để diễn đạt ý này là: "Sinh con há dễ sinh lòng." Và quả đúng như vậy. Chỉ cần so sánh hai người con sinh ra trong cùng một gia đình, bạn sẽ dễ dàng thấy được là cha mẹ chúng thật ra đã không thể "sinh lòng", bởi vì tâm tính của cả hai thường chẳng bao giờ có thể giống hệt nhau, chưa nói là trong rất nhiều trường hợp còn có thể hoàn toàn trái ngược nhau.

Và bởi vì ta đã không "tạo ra" cái phần tinh thần vô hình ấy, nên thực tế là ta không thể hiểu hết về nó. Từ thuở xa xưa, con người đã không ngừng nỗ lực để khám phá, tìm hiểu về phần tinh thần của chính mình, và đã có không ít những thành quả. Tuy nhiên, điều không may là chúng ta không thể trực tiếp truyền dạy cho nhau những hiểu biết thuộc loại này, bởi vì những hiểu biết ấy được mô tả như là nằm ngoài phạm vi diễn đạt của ngôn ngữ. Có thể bạn cho rằng những cách nói này có phần nào đó mơ hồ, khó hiểu, nhưng chúng ta sẽ có dịp trở lại bàn sâu hơn về vấn đề này. Thực tế là, trong phạm vi có thể diễn đạt bằng ngôn ngữ thì những kết quả tìm hiểu lại dường như không đủ để thỏa mãn những gì chúng ta muốn biết.

Trong khi triết học và tôn giáo phương Đông chấp nhận những nhận biết về thế giới nội tâm qua trực giác, thì phương Tây luôn đòi hỏi những sự giải thích, mô tả cụ thể mà lý trí có thể tiếp nhận được. Vì thế, phải cho đến khi ngành phân tâm học (psychoanalysis) được Sigmund Freud (1856-1939) thành lập thì phương Đông và phương Tây mới bắt đầu có chiều hướng nhích lại gần nhau với những đồng cảm trong việc tìm hiểu về thế giới nội tâm.

Qua những khám phá của Freud, khái niệm vô thức (unconscious) được biết đến và gợi ra những chiều sâu không thể nhận biết bằng lý trí trong nội tâm con người, mở đường cho các nhà triết học phương Tây bắt đầu quay sang tìm hiểu những gì mà triết học và tôn giáo phương Đông đã đề cập đến từ thuở xa xưa.

Hơn một thế kỷ đã trôi qua, và đến nay thì những hiểu biết của phương Đông đã được hầu hết người phương Tây chấp nhận và học hỏi. Phật giáo phát triển mạnh ở phương Tây, và các trung tâm tu học, thực hành thiền định đã thu hút số người tham gia vô cùng đông đảo.

Nhưng thật oái ăm thay, càng hiểu biết nhiều hơn về thế giới nội tâm của con người, thì chúng ta lại càng thấy nó xa rời hơn với cái khởi nguyên vật chất mà chúng ta nhìn thấy được. Bởi vì chúng ta càng biết chắc là mình không hề và không có khả năng tạo ra cái phần tinh thần phức tạp, đầy bí ẩn của một con người, cho dù cái thể xác bé nhỏ vừa mới ra đời kia quả đúng là đã được hình thành từ một phần vật chất của chính ta. Hơn thế nữa, cái phần tinh thần ấy đã hiện hữu nơi đây không do ta mời gọi, và vì thế ta cũng không có khả năng kiểm soát hay hiểu được nhiều về nó. Khi nó dần lớn lên, ta chỉ làm được mỗi một việc là ngày càng nhận rõ hơn sự hiện hữu của nó trong cuộc đời này.

Trong cái thế giới nội tâm đầy bí ẩn của mỗi chúng ta, ta có thể tự cảm nhận được nhiều yếu tố có cội nguồn từ đâu đó rất xa xôi. Dù ta không thể biết được là từ lúc nào, nhưng có phần chắc chắn phải là từ trước khi ta bắt đầu hiện hữu trong cuộc đời này, với phần thể xác này. Có thể bạn cho rằng điều này hoàn toàn không thể chứng minh được. Nhưng hãy thử quan sát những con ong đang làm việc để xây một tổ ong. Chúng biết làm công việc phức tạp đó từ bao giờ? Bạn sẽ không nói rằng chúng đã được những con ong lớn dạy cho đấy chứ? Nghiên cứu khoa học có thể xác định là chúng "tự biết" làm điều đó mà không phải đã học được từ những con ong lớn. Và nếu bạn tự quan sát chính mình, bạn sẽ thấy là bản thân mình cũng có những điều "biết làm" mà trước đây chưa từng nhìn thấy hay học hỏi từ người khác.

Sigmund Freud đã nêu ra những thôi thúc bẩm sinh về tính dục (innate sexual drive) như một trong những điều có cội nguồn xa xôi không giải thích được. Nhưng không chỉ có tính dục, hầu hết các yếu tố nội tâm của chúng ta đều có những cội nguồn xa xôi tương tự. Mặc dù Freud cũng như nhiều người phương Tây khác không nghĩ như vậy. Ông đã cố gắng đưa ra những giải thích về một cội nguồn gần gũi hơn, chẳng hạn như vô thức (unconscious) mà ông cho là có cội nguồn từ thời thơ ấu. Nhưng cách giải thích này chạm phải nhiều giới hạn cũng như không hoàn toàn thỏa đáng với mọi trường hợp.

Một trong những học trò của Sigmund Freud là Carl Gustav Jung (1875 - 1961) đã đi xa hơn thầy khi đưa ra khái niệm về những hình ảnh đặc trưng có sẵn trong tâm lý tập thể của cả loài người (ông gọi là archetype) mà ông cho là đã xuất phát từ những thời đại xa xưa và thỉnh thoảng hiện về trong giấc mơ của chúng ta, hoặc được tìm thấy trong các huyền thoại cổ đại. Tuy nhiên, có lẽ bạn cũng thấy rằng những giải thích này chỉ là một trong những cố gắng để giải thích "những điều không thể giải thích" mà bản thân ông ta có lẽ cũng đã cảm nhận được. Bởi vì cách giải thích này không thỏa đáng với tất cả những bản năng sẵn có của mỗi chúng ta khi sinh ra.

Ngoài bản năng tính dục, chúng ta còn có nhiều bản năng khác nữa trong nội tâm. Điều chắc chắn chúng ta có thể làm được là nhận biết chúng chứ không phải là giải thích cội nguồn của chúng. Trong rất nhiều trường hợp, một người có bản chất trầm lặng hay hiếu động, đa cảm hay lạnh lùng... không phải bao giờ cũng có thể giải thích được bằng những nguyên nhân như môi trường giáo dục, gia đình hay kinh nghiệm bản thân. Tất cả những điều ấy chỉ đúng một phần nào và trong một giới hạn nào đó thôi, bởi vì còn có không ít những trường hợp hoàn toàn không liên quan gì đến những lời giải thích như thế.

Khi trên đường phố xảy ra một đám đánh nhau, hầu hết những người nhìn thấy đều muốn chạy đến xem. Trong số đó, không mấy người nghĩ đến những việc tốt đẹp phải làm như ngăn cản đôi bên hoặc bảo vệ kẻ yếu... Những người đến xem thường chỉ có một động cơ chung mà đa số vẫn gọi là sự hiếu kỳ, nhưng thực ra điều đó lại còn xuất phát từ một bản năng khác mà hầu hết chúng ta đều có.

Những trò chơi như đá dế, đá gà, chọi trâu... sở dĩ lôi cuốn rất nhiều người là bởi vì ai cũng muốn được nhìn xem những cảnh đấu đá, tranh chấp nhau. Điều đó kích thích trong mỗi chúng ta một niềm hứng khởi, một sự thích thú mà đôi khi chính ta cũng không rõ biết.

Hầu hết những bộ phim ăn khách ngày nay đều không thể thiếu những pha đấm đá, bắn giết hoặc chí ít cũng là tranh chấp thật gay cấn. Đôi khi các nhà làm phim lạm dụng quá nhiều “vị thuốc kích thích” này và điều đó vượt quá những giới hạn mà đạo đức truyền thống cho phép. Thế là sẽ có những người lên án, gọi đó là “phim bạo hành, kích thích bạo lực...” Tuy nhiên, phê phán thì cứ phê phán, mà số người xem phim lại vẫn cứ rất đông hơn so với những phim tài liệu khoa học hay tình cảm xã hội mà người ta cho là “tẻ nhạt”...

Phần lớn chúng ta đều tự nhận là yêu thích cuộc sống yên bình, thanh thản, nhưng đa số lại thích xem những cảnh đấm đá, bắn giết, xung đột, mâu thuẫn... mà ít thấy hứng thú với những cảnh phẳng lặng, thanh bình. Điều đó nói lên những gì? Phải chăng nếu không có những rào cản được dựng lên bởi luân lý, đạo đức, giáo dục, tín ngưỡng... thì đa số chúng ta luôn có khuynh hướng chạy theo sự sôi động, bạo hành, sát phạt? Câu trả lời có lẽ nên dành lại cho mỗi người tự đưa ra. Tuy nhiên, bản thân tôi cho rằng nếu như thừa nhận điều này cũng không có gì là lạ. Khi đã cảm nhận được một nguồn gốc rất xa xôi của những yếu tố trong nội tâm chúng ta, thì với thành tích giết hại loài vật trong hàng nghìn năm qua của nhân loại, nếu chúng ta không có một khuynh hướng hiếu sát, điều đó mới là rất lạ!

Đạo Phật gọi thế giới mà chúng ta đang sống là cõi Dục giới,[1] và cho rằng tất cả chúng sinh trong cõi này đều có cùng một điểm chung là nhiều tham dục. Về điểm này, có lẽ hầu hết chúng ta đều dễ dàng chấp nhận, vì quả thật không khó nhận ra. Không có dục tính, có lẽ chỉ có thể là những người mắc bệnh. Người bình thường không ai không có dục tính. Bạn có thể nghĩ đến các vị tu sĩ? Nhưng không đúng, vì thực ra các vị vẫn là những người có dục tính như chúng ta, chỉ có điều khác biệt là các vị nhận ra điều đó và chọn cho mình một hướng đi thăng hoa, không chấp nhận để cho dục tính lôi cuốn hay điều khiển cuộc sống của họ.

Nhưng đạo Phật còn đi xa hơn nữa khi chỉ ra rằng trong mỗi con người đều tồn tại những nghiệp

[1] Là một trong ba cõi: Dục giới, Sắc giới và Vô sắc giới.

báo mà chúng ta đã tạo ra trong quá khứ - một quá khứ không chỉ giới hạn ở thời điểm chúng ta sinh ra với thân xác này, mà là xa xôi hơn nữa. Những nghiệp báo ấy bao gồm thiện nghiệp và ác nghiệp, nói nôm na là kết quả của những việc tốt và việc xấu mà ta đã làm.

Theo luật nhân quả do đức Phật thuyết dạy, tất cả mọi hành động của chúng ta đều tạo ra những kết quả nhất định. Việc tốt lành sẽ tạo ra thiện nghiệp, còn việc xấu ác sẽ tạo ra ác nghiệp. Trong kinh Hoa Nghiêm, Phật dạy rằng: "Nếu như ác nghiệp ấy mà có hình thể, thì khắp cõi hư không cũng chẳng thể dung chứa hết." (Nhược thử ác nghiệp hữu thể tướng giả, tận hư không giới bất năng dung thọ. - 若此惡業。有體相者。盡虛空界不能容受。)

Nhưng chúng ta cũng có thể tự mình hình dung được những ác nghiệp mà con người đã tạo ra là nhiều đến mức nào. Chỉ riêng những gì mà mỗi chúng ta đã làm từ lúc sinh ra đến nay, nếu xét theo các điều ác mà đạo Phật chỉ ra như giết hại, trộm cắp, tà dâm, nói dối, uống rượu,[1] thì có thể cũng đã quá nhiều đến mức không sao tính đếm được. Có người nói rằng, dạ dày của chúng ta là một cái nghĩa trang rất lớn, vì nó đã "an táng" không biết bao nhiêu con vật trong đó. Quả thật, nếu bạn không phải là một người ăn chay từ nhỏ, liệu bạn có nhớ nổi là mình đã từng giết hại - trực tiếp hoặc gián tiếp - bao nhiêu con vật rồi chăng?

[1] Năm cấm giới của người Phật tử, cũng được xem là năm việc bất thiện, việc xấu ác.

Thế giới của chúng ta

Cách đây rất lâu, tôi có đọc qua một tác phẩm hư cấu, trong đó tác giả mô tả một nhà tù rất lớn. Trong nhà tù ấy, các phạm nhân tự đặt ra những quy luật của họ, và đấu đá với nhau để giành địa vị "trưởng tù". Tất cả phạm nhân đều phải nghe lệnh của "trưởng tù", phục vụ cho "trưởng tù" và làm bất cứ điều gì mà ông ta đòi hỏi. Dưới quyền "trưởng tù" có rất nhiều "trợ thủ", là những người nghe lệnh ông ta nhưng lại đủ sức để bắt nạt tất cả những phạm nhân khác.

Tất nhiên là trong nhà tù ấy vẫn tồn tại tổ chức quản lý chính thức, nghĩa là cũng có cai ngục, giám thị, những người quản lý phạm nhân... Tuy nhiên, song song với hệ thống quản lý hợp pháp ấy là hệ thống quyền lực "bất hợp pháp" mà tất cả phạm nhân đều phải cúi đầu tuân theo. Những phạm nhân mới vào được "dạy dỗ" bằng những trận đòn phủ đầu, và nhờ đó mà họ biết được là phải sống trong nhà tù này như thế nào.

Thế rồi, thỉnh thoảng cũng có những "hảo hán" sa lưới pháp luật bị tống vào tù. Và tên phạm nhân ngoại hạng này ngay khi vào tù đã đủ sức làm một cuộc "cách mạng", đánh gục "trưởng tù" trước đó để lên thay thế. Rồi nhà tù cứ thế mà tồn tại theo quy luật "mạnh được yếu thua" ngày này sang ngày khác...

Chỉ là một chuyện hư cấu, nhưng đã gợi lên trong tôi rất nhiều liên tưởng. Tôi nhìn thấy trong tự nhiên dường như cũng có thấp thoáng bóng dáng của những tên "trưởng tù" hung bạo, luôn chèn ép, bắt nạt những kẻ yếu sức hơn mình. Còn hơn thế nữa, chúng nhẫn tâm cướp đi sinh mạng của kẻ yếu chứ không chỉ là chèn ép, bắt nạt...

Không thật thế sao? Bạn cũng biết là những loài thú như sư tử, cọp, beo, chó sói... chỉ có mỗi một cách sinh tồn duy nhất là bắt lấy những con thú nhỏ để ăn thịt. Ai ban cho chúng cái quyền ấy, nếu không phải chỉ là dựa vào sức mạnh? Và những con thú nhỏ không có cách đối phó nào khác hơn là lẩn tránh, trốn chạy... Nhưng chạy đến nơi nào mà không có những loài hung bạo ấy? Và thế là chúng phải sống ngày này sang ngày khác trong sự lo lắng, sợ hãi và phải luôn cảnh giác, đề phòng, vì có thể bị giết chết bất cứ lúc nào.

Chung quanh ta cũng không ít những cảnh tương tự diễn ra hằng ngày. Mèo bắt chuột, chim bắt sâu, rắn bắt ếch... tất cả đều có vẻ như hoàn toàn tự nhiên, vì những việc ấy vốn dĩ đã xảy ra tự muôn đời. Không ai trong chúng ta cảm thấy bất bình, phản đối hay cho rằng những việc như thế là bất công, cho dù bản chất của sự việc quả đúng là như vậy.

Nhưng nếu chúng ta có thể khách quan tự nhận xét về chính mình, thì những gì mà con người đã làm từ hàng nghìn năm qua còn bất công hơn thế nữa. Trong khi các loài thú ăn thịt không có bất cứ chọn lựa sinh tồn nào khác ngoài việc bắt lấy những con thú nhỏ để ăn thịt, thì con người lại hoàn toàn không bị bắt buộc như thế. Chúng ta có thể tự nuôi sống bằng nhiều cách khác nhau mà không cần thiết phải giết hại loài vật - và đã có rất nhiều người chọn sống như thế - nhưng đa số vẫn cứ làm điều đó. Chim bay trên không, cá lội dưới nước, thỏ chạy trong rừng... tất cả đều không thoát được ra khỏi tầm tay của chúng ta. Ngoài sức mạnh, chúng ta còn có trí thông minh vượt xa loài vật, và chúng ta đã sử dụng trí thông minh của mình để cướp đi mạng sống của muôn loài. Chúng ta dùng đủ cách để đánh cá, bắt chim, bẫy thú... chúng ta có vô số công cụ ngày càng tối tân, hiện đại hơn để thực hiện việc giết hại của mình.

Nhưng con người không chỉ là những tên "trưởng tù" hung bạo đối với loài vật. Con người còn là những "trưởng tù" đối với đồng loại của chính mình. Bạn không tin điều đó sao? Thì chứng tích của chế độ thực dân vẫn còn sờ sờ ra đó, ở khắp nơi trên thế giới này. Nhìn sâu hơn về quá khứ, chắc bạn cũng đã từng nghe biết về chế độ nô lệ. Mặc dù ngày nay con người đã thỏa thuận xóa hẳn chế độ dã man này, nhưng nạn buôn người ngoài vòng pháp luật vẫn đang tồn tại ở nhiều nơi, nhất là những đường dây buôn bán phụ nữ, trẻ em... Những kẻ hưởng lợi từ các hoạt động phi pháp dã man này, chẳng phải là những tên "trưởng tù" đó sao?

Nhớ lại cách đây hơn 500 năm, vào ngày 12

tháng 10 năm 1492, Christopher Columbus (1451-1506) lần đầu tiên tìm ra châu Mỹ (Americas) mà sau này ta thường gọi là Tân Thế giới. Trong khi sự kiện trọng đại này mở ra một con đường phát triển thênh thang cho những người da trắng châu Âu, thì nó cũng đồng thời là bản án tử hình thảm khốc cho hàng triệu thổ dân da đỏ đã từng sinh sống ở đây qua nhiều thế kỷ. Thảm họa của họ không đến từ những loài thú dữ hung bạo mà họ đã quen săn bắt, nhưng lại đến từ chính những đồng loại của mình, những con người có vẻ ngoài rất văn minh, hiền hòa và lịch thiệp.

Vì thế, có lẽ chúng ta không thể phủ nhận được rằng cái quy luật "mạnh được yếu thua" không chỉ tồn tại ngoài vòng pháp luật. Thực ra nó còn tồn tại ở cả những nơi không đáng tồn tại, ở ngay giữa lòng xã hội văn minh của loài người, và điều đó cũng không khó nhận ra.

Và chúng ta hoàn toàn không phải là những người đầu tiên nhận ra hay nói lên điều này. Cách đây hàng thế kỷ, Karl Marx (1818-1883) đã nhận rõ được những tên "trưởng tù" của nhân loại và đã nói rõ với cả thế giới về cách thức mà chúng sử dụng để chèn ép, bắt nạt những kẻ yếu sức hơn mình...

Câu chuyện nhân quả

Cách đây hơn 25 thế kỷ, đức Phật Thích-ca Mâu-ni[1] đã mô tả thế giới này của chúng ta là một thế giới "của sự nhẫn nại chịu đựng".[2] Ngài đã chỉ ra tất cả những nỗi khổ mà chúng ta phải gánh chịu ngay từ khi cất tiếng khóc chào đời, những nỗi khổ mà chúng ta không thể từ chối hay tránh né, chỉ có thể nhẫn nại chịu đựng mà thôi. Có những nỗi khổ lớn như sinh, già, bệnh, chết, mà ai ai cũng phải chịu đựng. Có những nỗi khổ nhỏ hơn nhưng cũng thường xuyên làm cho cuộc sống của chúng ta phải triền miên chịu đựng, như mong cầu không được thỏa mãn (cầu bất đắc khổ - 求不得苦), chia lìa với những người mình thương yêu (ái biệt ly khổ - 愛別離苦) hay phải gần gũi, phải tiếp xúc với những người không ưa thích hoặc oán ghét (oán tắng hội khổ - 怨憎會苦)... Những nỗi khổ ấy, không ai trong chúng ta mong muốn, nhưng tất cả chúng ta đều phải chịu đựng, như một điều tất yếu trong cõi thế giới này.

Đạo Phật giải thích rằng tất cả những nỗi khổ mà chúng ta phải gánh chịu là do nơi những ác

---

[1] Phật Thích-ca Mâu-ni (*Śākyamuni*), vị Phật đã đản sinh tại Ấn Độ vào năm 624 trước Công nguyên, người sáng lập và truyền dạy đạo Phật.

[2] Cõi Ta-bà, đôi khi cũng đọc là Sa-bà (Sanskrit: *sahalokadhātu* - 娑婆世界), Hán dịch nghĩa là Nhẫn độ (忍土) hay Kham nhẫn thế giới (堪忍世界), có nghĩa là cam chịu, nhẫn nại chịu đựng.

nghiệp, những hành vi xấu ác mà ta đã làm trong quá khứ. Và vì tất cả chúng ta đều có ác nghiệp - cho dù là mỗi người đều khác nhau - nên đều phải sinh ra trong thế giới này, để gánh chịu những ác nghiệp mà mình đã tạo.

Có thể bạn sẽ không tìm được bất cứ một chứng minh cụ thể nào cho cách giải thích này. Làm sao tôi có thể biết được là trong quá khứ tôi có thực sự làm điều gì đó xấu ác hay không? Làm sao tôi có thể nhìn thấy được mối liên hệ vượt thời gian giữa một hành vi xa lắc xa lơ trong quá khứ với những gì mà tôi đang gánh chịu? Và vì sao tôi phải thừa nhận những điều đó khi không có bất cứ một sự chứng minh cụ thể nào?

Nhưng tôi sẽ nói với bạn một sự thật mà bạn có thể phải chấp nhận. Đó là, không có cách giải thích dựa vào nhân quả như trên, bạn sẽ mãi mãi sống trong sự đau khổ vì không sao thỏa mãn được với những gì xảy đến cho mình.

Khi một tội nhân bị trừng phạt nhưng không nhận được lời giải thích nào về hành vi tội lỗi của mình, anh ta sẽ luôn nghĩ rằng mình bị oan ức, và sự trừng trị anh ta là bất công, không hợp lý. Chỉ khi nào được quan tòa chỉ rõ ra hành vi phạm tội của mình, anh ta mới có thể cam lòng chấp nhận bản án mà không còn oán than, trách móc.

Quá nhiều người trong chúng ta đã oán than, trách móc khi những đau khổ xảy đến cho mình. Nhưng chúng ta oán trách ai đây? Ai làm cho ta phải khổ sở vì bệnh tật? Ai làm cho chúng ta mất mẹ, mất cha, hay mất dần những người thân yêu khác? Chúng ta không thể oán trách ai về những nỗi đau khổ ấy, và chúng ta quay sang oán trời, trách đất. Nhưng trời đất ở đâu thì ta chưa từng biết! Và thực lòng ta cũng không thể tin được là có thể có một "ông trời" bất nhân đến nỗi chỉ chuyên gây ra những khổ đau cho nhân loại!

Vì thế, chúng ta không khác gì một tội nhân bị trừng phạt mà không được nghe giải thích về tội lỗi của mình. Chúng ta không hiểu được vì sao mình phải triền miên chịu đựng bao nhiêu nỗi khổ trong đời, từ lúc sinh ra cho đến khi nhắm mắt lìa đời, trong khi chẳng có ai trong chúng ta lại mong muốn điều đó.

Lời giải thích về nhân quả là một bản luận tội hợp lý duy nhất mà chúng ta có thể được nghe, để có thể cam lòng chấp nhận những nỗi khổ triền miên trong cuộc sống này. Cũng như người tội nhân đang bị trừng phạt kia, chúng ta vẫn có thể từ chối không chấp nhận bản luận tội ấy, có thể cho nó là oan uổng đối với chúng ta. Nhưng điều đó không cứu chúng ta ra khỏi những nỗi khổ. Đó là bản án đã đến lúc thi hành. Và ta chỉ có hai lựa chọn: hoặc là nhận lỗi để chấp nhận sự trừng phạt trong tâm trạng hối lỗi, hoặc là bác bỏ bản luận tội ấy để rồi vẫn bị trừng phạt nhưng là trong một tâm trạng uất ức, không thỏa mãn.

Vì sự thật đó, nên việc chấp nhận lời giải thích về nhân quả sẽ là một lựa chọn khôn ngoan và hợp lý, giúp chúng ta có thể chịu đựng và vượt qua "bể khổ" này một cách dễ dàng hơn.

Mặt khác, chúng ta còn có thể dựa vào những kinh nghiệm tự thân để cảm nhận và xác tín về luật nhân quả.

Một khi chấp nhận rằng những ác nghiệp nặng nề mà bạn đang gánh chịu chính là kết quả của những hành vi xấu ác trong quá khứ, thì việc đầu tiên phải làm tất nhiên là dừng lại những hành vi xấu ác trong hiện tại này, bởi vì chỉ như vậy mới có thể đảm bảo được là trong tương lai bạn sẽ không còn phải chịu đựng đau khổ.

Và một khi bạn từ bỏ những hành vi xấu ác, hướng đến những hành vi tốt đẹp, hiền thiện, bạn sẽ ngay lập tức cảm nhận được sự thanh thản, bình an trong tâm hồn, cảm nhận được những niềm vui do việc làm tốt đẹp của mình mang lại.

Trong ý nghĩa rất thực tiễn này, bạn sẽ thấy được nhân quả không còn là một điều gì đó xa xôi khó hiểu, khó kiểm chứng, mà thực ra là những vấn đề rất gần gũi và dễ cảm nhận ngay trong cuộc sống hằng ngày.

Tôi cũng đã từng sống trong tâm trạng hoài nghi rất lâu nên có thể cảm thông với tất cả những ai đang có tâm trạng đó. Cuối cùng, chính sự quan sát và cảm nhận về mối quan hệ nhân quả giữa những hành vi của mình với những trạng thái tinh thần mà mình phải trải qua đã giúp tôi thoát ra khỏi tâm trạng hoài nghi dai dẳng.

Đó là lúc mà tôi không cần dựa vào bất cứ học thuyết hay tín điều nào vẫn có thể thấy được sự khác biệt trong tâm hồn sau mỗi lần làm một việc tốt, và những ray rứt, bất an sau mỗi lần mắc phải một sai lầm. Tôi vẫn thừa biết những kết quả được nhận thấy này là rất nhỏ nhoi, nhưng chính đây lại là những đầu mối quan trọng giúp tôi nhận ra tính chất hợp lý, khoa học và chính xác của luật nhân quả. Tôi cho rằng mọi vấn đề nhân quả thực ra cũng chính là sự nhân rộng trong không gian và thời gian của những khác biệt mà tôi đã thực sự cảm nhận được. Từ đó, tôi chấp nhận một điều chắc chắn rằng mình phải là người đã tạo nhiều ác nghiệp, do đó mới phải sinh ra trong cõi thế giới của "sự nhẫn nại chịu đựng" này, để phải chịu đựng những nỗi khổ đau triền miên trong cuộc sống.

Có thể bạn sẽ thấy hơi khó tin. Nhưng quả thật là sau khi chấp nhận làm người "có tội", tôi cảm thấy thoải mái và dễ chịu hơn nhiều khi phải đối mặt với những khổ đau không thể tránh né của đời sống. Tôi đã có những người thân ra đi vĩnh viễn. Tôi cũng đã trải qua không ít những khó khăn, thất bại, nghèo túng, rủi ro... Những điều đó, tôi tin là cũng đã từng xảy đến với nhiều bạn đọc. Nhưng điều quan trọng muốn nói ở đây là, tôi đã chấp nhận những điều như thế dễ dàng hơn kể từ khi từ bỏ tâm trạng hoài nghi và chấp nhận mình là người "có tội".

Khi viết những dòng này, tôi bất chợt liên tưởng đến ý niệm về "tội tổ tông" mà một cô bạn theo đạo Thiên Chúa đã có lần nói chuyện với tôi. Theo Kinh Thánh kể lại, khi Đức Chúa Trời tạo ra những con người đầu tiên là ông A-đam và bà Ê-và, ngài đã ban cho họ rất nhiều ân sủng, đã khiến cho họ chỉ luôn nghĩ đến những điều lành, được tận hưởng tất cả những gì tốt đẹp và hạnh phúc nhất trong cuộc sống, nghĩa là không biết gì đến đau khổ, kể cả không phải chết, bởi ngài đã vì họ mà tạo ra một cây trường sinh trong vườn địa đàng ở Ê-đen.

Nhưng tổ tiên con người đã không vâng theo lời Chúa. Họ đã ăn trái cây mà Chúa bảo họ đừng ăn. Và vì thế, Thiên Chúa đuổi họ ra khỏi vườn địa đàng, không cho họ được ăn trái cây trường sinh. Từ đó, con người phải chịu số phận sinh ra và chết đi, phải chịu mọi điều đau khổ. Và vì những đau khổ ấy xuất phát từ một lỗi lầm của tổ tiên con người, nên người ta gọi đó là "tội tổ tông".

Trong ý nghĩa vừa nêu trên, tôi tự hỏi phải chăng đây là sự trùng hợp trong nỗ lực đi tìm một lời giải thích cho những đau khổ mà chúng ta đương nhiên phải chịu đựng trong cuộc sống? Lời giải thích về "tội tổ tông" cũng có thể xem là một bản luận tội. Vì thế, trong một chừng mực nào đó, nó cũng giúp cho những ai chấp nhận nó có thể cảm thấy dễ chịu hơn khi đối mặt với những khổ đau trong cuộc sống.

Trở lại vấn đề về luật nhân quả, mỗi chúng ta đều có thể tin hoặc không tin. Tuy nhiên, sự khác biệt giữa hai khả năng chọn lựa này là rất lớn, và mỗi người chỉ có thể tự cảm nhận được điều này bằng sự chiêm nghiệm trong thực tế đời sống mà thôi.

Đạo Phật không đưa ra luật nhân quả để bắt buộc mọi tín đồ phải tin theo như một tín điều. Đạo Phật có những giải thích rất rõ ràng về luật nhân quả, bằng những luận cứ rất hợp lý và khoa học, nhưng sự hợp lý và khoa học đó lại vượt ra ngoài tầm hiểu biết của khoa học hiện nay.

Tôi nói "hợp lý và khoa học", là bởi tính chất chặt chẽ và logic của những luận cứ được đưa ra. Tôi nói "vượt ra ngoài tầm hiểu biết của khoa học hiện nay", là bởi khoa học hiện nay cho dù chưa thể đưa ra lời xác nhận đối với những luận cứ ấy, nhưng lại cũng hoàn toàn không thể đưa ra một sự phủ nhận.

Khi đức Phật mô tả trong rất nhiều kinh điển về thế giới của chúng ta, ngài đã dùng đến khái niệm "thập phương", nghĩa là mười phương. Trong đó bao gồm các phương đông, tây, nam, bắc, đông nam, đông bắc, tây nam, tây bắc và hai phương trên, dưới. Và điều đó có nghĩa là quả địa cầu của chúng ta đã được mô tả chính xác đang treo lơ lửng trong không gian.

Điều này có thể là bình thường đối với tất cả chúng ta ngày nay, nhưng ở thời điểm cách đây 25 thế kỷ lại không bình thường chút nào. Hãy nhớ lại những bất công mà Galileo (1564 - 1642) đã phải gánh chịu khi những người đương thời với ông không chịu tin vào những khám phá mới của ông về vũ trụ, không chịu tin là trái đất có hình tròn! Với những kiến thức khoa học từ thời Galileo trở về trước thì việc hình dung quả địa cầu treo lơ lửng giữa không gian quả thật không mấy dễ dàng. Tuy nhiên, ngày nay khoa học đã hiểu được điều đó. Sau 25 thế kỷ, điều tưởng như rất khó tin đã có thể tin được một cách rất dễ dàng.

Lấy một ví dụ khác, khi một tu sĩ Phật giáo uống nước, vị ấy phải trì tụng một câu chú và đọc bài kệ rằng: "Đức Phật quan sát thấy trong một bát nước có vô số những con trùng nhỏ. Nếu không trì tụng câu chú này (khi uống nước), thì chẳng khác nào ăn thịt chúng sinh."[1]

Vào một thời đại mà kính hiển vi còn chưa ai biết tới, có thể nhìn thấy trong một bát nước có vô số những con trùng nhỏ (vi trùng) quả là chuyện không thể lấy sự suy luận của lý trí để hiểu và tin được. Mặc dù vậy, sau 25 thế kỷ thì điều này đã trở nên bình thường và giản dị đến nỗi một em học sinh tiểu học cũng có thể hiểu được!

Nhưng khi trong kinh Phật mô tả về những cõi thế giới khác ngoài thế giới ta đang sống, vấn đề trở nên phức tạp hơn. Khoa học hiện nay vẫn chưa tìm được bất cứ một chứng cứ cụ thể nào về sự tồn tại của một thế giới khác, chứ đừng nói là rất nhiều như trong kinh Phật đã nhắc đến. Tuy nhiên, cũng chưa

---

[1] Phật quán nhất bát thủy, bát vạn tứ thiên trùng. Nhược bất trì thử chú, như thực chúng sinh nhục. (佛觀一鉢水，八萬四千蟲。若不持此咒，如食眾生肉。) Xem Tỳ ni nhật dụng yếu lược.

một nhà khoa học nào lên tiếng phủ nhận luận cứ này. Ngược lại, bằng vào những hiểu biết hiện nay, người ta vẫn tin chắc rằng sự hiện hữu của những thế giới khác là điều rất có thể có. Vì thế, việc đức Phật có thể nhìn thấy và mô tả về những thế giới khác là điều rất hợp lý và khoa học, nhưng lại vượt ra ngoài tầm hiểu biết của khoa học hiện nay.

Những gì Phật dạy về luật nhân quả cũng tương tự như vậy. Bằng vào trí tuệ giác ngộ, đức Phật đã nhận biết được những điều mà chúng ta không thể nhận biết. Ngài dạy rằng, ý thức của chúng ta cũng đóng một vai trò tương tự như các giác quan khác. Vì thế mà mắt, tai, mũi, lưỡi, thân và ý (nhãn, nhĩ, tỉ, thiệt, thân, ý) được gọi chung là sáu căn (lục căn), là cơ sở để hình thành sáu thức (lục thức), từ nhãn thức cho đến ý thức. Như vậy, khi chúng ta chết đi, thân xác này hư hoại, mắt, tai, mũi, lưỡi... đều không thể tồn tại, và ý thức cũng không tồn tại nữa.

Tuy nhiên, ngoài sáu thức nêu trên mà tất cả chúng ta đều có thể nhận biết, còn có thức thứ bảy là mạt-na thức (末那識) và thức thứ tám là a-lại-da thức (阿賴耶識).

A-lại-da thức (Sanskrit: *ālayavijđāna*) được Hán dịch là tạng thức (藏識), nghĩa là một cái "kho chứa". Gọi là "kho chứa", bởi vì thức này có chức năng lưu giữ tất cả mọi chủng tử (種子, Sanskrit: *bīja*) của nghiệp (業, Sanskrit: karma), hay nói một cách dễ hiểu hơn là những kết quả do hành vi tốt lành hoặc xấu ác của chúng ta tạo ra.

A-lại-da thức tồn tại không phụ thuộc vào thể xác dễ hư hoại này của chúng ta. Vì thế, nó là một kho chứa rất an toàn và bền bỉ, không để mất đi bất cứ chủng tử nào đã được đưa vào đó. Từ những chủng tử được chứa giữ nơi đây, nghiệp quả theo đuổi chúng ta từ đời sống này sang đời sống khác một cách hoàn toàn tự nhiên, như bóng theo hình, hình đâu bóng đó. Khi có đầy đủ nhân duyên từ ngoại cảnh, cũng giống như những hạt giống gặp được đủ độ ẩm và thời tiết thuận lợi, các chủng tử đó sẽ lần lượt nảy sinh để tạo thành đời sống tốt đẹp hay đau khổ của mỗi chúng sinh.

Như vậy, không ai có thể tạo ra đau khổ cho chúng ta, mà chính là những gì xấu ác ta đã làm trong quá khứ, được lưu giữ vào tạng thức và theo đuổi chúng ta để tạo thành những gì mà ta phải gánh chịu. Bằng cách này, sự "phán xử" trở nên công bằng một cách tuyệt đối và không thể có sự nhầm lẫn, bởi vì không có một yếu tố tác động nào khác từ bên ngoài, mà chỉ có tính chất tốt lành hay xấu ác của hành vi chúng ta đã làm sẽ tạo nên kết quả mà ta nhận chịu.

Những điều vừa trình bày trên đây tuy chưa phải là đầy đủ, nhưng cũng có thể tạm xem như là những ý niệm cơ bản nhất có thể giúp chúng ta hiểu được một cách khái quát về nhân quả.

Đức Phật không phải là người đặt ra luật nhân quả. Ngài chỉ là người nhận biết được nó trong đời sống và chỉ dạy cho chúng ta, để chúng ta có thể nhờ đó mà tự mình hướng đến một cuộc sống ngày càng tốt đẹp hơn.

Khi tôi nói với bạn về những điều này, bạn cũng có thể lập luận rằng: chẳng có gì để chứng minh về sự hiện hữu của một a-lại-da thức như thế, và càng chẳng có gì để chứng minh về sự tồn tại những chủng tử của nghiệp trong thức ấy.

Vâng, quả thật là tôi chẳng thể đưa ra điều gì để chứng minh cả. Vì những gì chúng ta đang nói đến là những gì mà bản thân tôi không có khả năng nhìn thấy được. Bạn làm sao có thể đưa ra những chứng cứ về sự hiện hữu của những gì mà bạn không có khả năng nhìn thấy được?

Nhưng trong trường hợp đức Phật thì khác. Ngài đã tự mình thấy biết và truyền dạy những điều này. Vì thế, ngài đã nói ra một cách xác quyết. Chúng ta tin tưởng vào những lời dạy của đức Phật thông qua sự tin tưởng vào trí tuệ siêu việt của ngài. Phần lớn những gì ngài thuyết dạy đều có thể được chứng minh ngay trong hiện thực đời sống. Nhưng trong một số trường hợp nhất định, ngài không đưa ra bất cứ sự chứng minh cụ thể nào, đơn giản chỉ là vì không thể làm được điều đó.

Ví như có một người ở miền quê, may mắn được người quen ở thành phố mời đến thăm chơi rồi đưa người ấy cùng đi du lịch nước ngoài. Khi trở về quê, người ấy mô tả với người trong làng về những cảnh vật mà anh ta nhìn thấy ở nước ngoài, tất nhiên là rất lạ lùng so với những gì đã quen thuộc với những người ở làng quê ấy. Vì không thể tin lời người ấy, những người nghe liền yêu cầu anh ta hãy chứng minh lời nói của mình là sự thật. Người ấy không thể làm gì khác hơn là nói rằng: "Chính mắt tôi đã được trông thấy những điều ấy, nhưng tôi không có mang gì về để chứng minh. Vì thế, quý vị có thể tin hoặc không tin lời tôi nói, nhưng đó là sự thật!"

Đức Phật là bậc giác ngộ hoàn toàn, có một trí tuệ siêu việt mà trong hơn 25 thế kỷ qua chúng ta chưa thấy xuất hiện một người thứ hai. Ba tạng kinh điển mà ngài đã từng thuyết dạy còn được lưu lại đến nay có thể chứng minh cho điều đó. Trong những lời Phật dạy, có những điều chúng ta có thể hiểu được và vận dụng trong cuộc sống để thấy rõ tính đúng đắn và lợi ích thiết thực. Nhưng sự thấy biết của ngài là xuất phát từ trí tuệ giác ngộ siêu việt mà không ai trong chúng ta có được. Vì vậy, khi ngài thuyết dạy về những điều mà chỉ riêng ngài có thể thấy biết, chúng ta có thể tin hay không tin, nhưng không thể đòi hỏi sự chứng minh cụ thể. Cũng như người nhà quê được đi nước ngoài trở về, tuy thấy biết rất rõ ràng những cảnh khác lạ, nhưng khi kể lại cũng không có cách nào để chứng minh cho lời nói của mình!

Tuy nhiên, có sự khác biệt lớn trong sự so sánh này. Những điều mà người đi xa về kể lại với dân làng là những điều mà họ hoàn toàn không thể kiểm chứng, chỉ có thể tin hay không tin mà thôi. Trong khi đó, những lời Phật dạy bao giờ cũng có thể được kiểm chứng trong thực tế để thấy được tính đúng đắn và lợi ích thiết thực. Vấn đề nhân quả cũng vậy. Tuy chúng ta không thể có được sự chứng minh cụ thể về những gì được nghe nói, nhưng chúng ta hoàn toàn có thể kiểm chứng tính thiết thực và chính xác của những điều ấy trong cuộc sống. Mỗi người đều có thể tự cảm nhận sự khác biệt mà những hành vi tốt lành hay xấu ác tạo ra trong tâm thức của mình. Và nếu như sự khác biệt đó là có thật, thì việc gieo cấy những chủng tử thiện hoặc ác vào tâm thức mỗi người cũng là điều có thể hiểu được.

Về sự hiện hữu của a-lại-da thức, đức Phật đã nhận biết trực tiếp qua kinh nghiệm giác ngộ của chính ngài, và chúng ta không thể đòi hỏi bản thân mình cũng có thể nhận biết giống như vậy, đơn giản chỉ là vì ta chưa đạt đến sự giác ngộ.

Trong những nỗ lực tìm kiếm của mình, Sigmund Freud đã nhận biết được một phần sâu thẳm trong tâm thức mà ông gọi là vô thức (unconscious). Nhiều người trong chúng ta không thấy biết được như Freud, nhưng chúng ta vẫn có thể đặt niềm tin nơi ông, vì những giải thích của ông trong một chừng mực nào đó là hợp lý. Tuy nhiên, Freud cũng chỉ mới tiến xa hơn chúng ta đôi chút, nhưng vẫn chưa phải là đến đích. Vì thế, những lập luận mà ông đưa ra đã vấp phải nhiều giới hạn và không hoàn toàn thỏa đáng. Khi chấp nhận những hiểu biết về mạt-na thức và a-lại-da thức, chúng ta có thể thấy rằng Freud đã đi đúng hướng, cho dù là những bước tiến của ông còn quá ngắn ngủi.

Cùng chung cảnh ngộ

Khi chấp nhận vấn đề nhân quả, chúng ta sẽ dễ dàng hiểu được vì sao đức Phật đã gọi cõi thế giới này là cõi Ta-bà - thế giới của sự nhẫn nại chịu đựng. Do sự tương đồng về nghiệp thức, tất cả chúng ta đã cùng nhau sinh ra trong thế giới này, với một điểm chung là để nhận lãnh những ác nghiệp đã tạo. Không có ác nghiệp, không thể sinh về cõi này, trừ trường hợp đó là sự tự nguyện để cứu độ chúng sinh như Phật và các vị Bồ Tát.

Như vậy, lời giải thích cho những đau khổ triền miên của chúng ta trong đời sống này đã trở nên rõ ràng. Và con đường thoát khổ tất nhiên cũng được mở ra nhờ vào những nhận thức đúng này. Điều đó thật đơn giản: đau khổ đến từ ác nghiệp, vậy muốn chấm dứt đau khổ, chỉ có một cách duy nhất là chấm dứt mọi ác nghiệp.

Thế nào là ác nghiệp? Đức Phật có dạy 10 điều thiện (Thập thiện đạo) được kể ra như sau:

1. Bất sát sinh (不殺生, Sanskrit: *pāṇāṭipātā paṭivirati*): Không giết hại, phải làm việc tha thứ, phóng sanh.
2. Bất thâu đạo (不偷盜, Sanskrit: *adattā-dānādvirati*): Không trộm cắp, phải thường làm việc bố thí.

3. Bất tà dâm (不邪婬, Sanskrit: *kāmamithyācārādvirati*): Không tà dâm, phải chung thủy trong cuộc sống một vợ một chồng.
4. Bất vọng ngữ (不妄語, Sanskrit: *mṛṣāvādātvirati*): Không nói dối, nói lời có hại, phải nói lời chân thật.
5. Bất lưỡng thiệt (不兩舌, Sanskrit: *paisunyātvirati*): Không nói hai lưỡi, nói đâm thọc gây chia rẽ, hiểu lầm, phải nói lời đúng thật.
6. Bất ác khẩu (不惡口, Sanskrit: *pāruṣyātprativirati*): Không nói lời ác độc, gây tổn thương người khác, phải nói lời hòa giải, tạo sự đoàn kết.
7. Bất ỷ ngữ (不綺語, Sanskrit: *saṃbinnapralāpātprativirati*): Không nói lời thêu dệt, vô nghĩa, phải nói lời có ích, hợp đạo lý.
8. Bất tham dục (不貪欲, Sanskrit: *abhidhyāyāḥprativirati*): Không tham lam, mong cầu quá nhiều, phải biết đủ, ít ham muốn, luôn quán xét rằng mọi sự vật là chẳng thật, bất tịnh, vô thường.
9. Bất sân khuể (不瞋恚, Sanskrit: *vyāpādātprativirati*): Không nóng nảy, giận dữ, phải nuôi lòng từ bi, nhẫn nhục.
10. Bất tà kiến (不邪見, Sanskrit: *mithyādṛṣṭiprativirati*): Không tin theo những ý niệm, kiến giải sai lầm, phải luôn giữ chánh kiến sáng suốt.

Mười điều thiện như trên là khuôn thước đầu tiên cho bất cứ ai muốn khởi sự xa lìa ác nghiệp. Làm đúng theo như vậy là tạo ra thiện nghiệp, làm ngược lại là tạo ra ác nghiệp.

Như vậy, chúng ta có thể thấy ngay một điều là, cho dù những lý luận về nhân quả có thể hơi khó nắm bắt đối với một số người, nhưng những chỉ dẫn để hướng đến một đời sống tốt đẹp lại vô cùng cụ thể, dễ hiểu và hết sức thiết thực.

Chỉ cần bạn tự xét lại bản thân mình, đối chiếu mọi hành vi của mình với mười điều thiện vừa nêu trên, bạn sẽ thấy ngay một sự khác biệt giữa những điều thiện và bất thiện. Trong khi những hành vi bất thiện luôn dẫn đến sự bất an, lo lắng, thì những hành vi thiện luôn mang lại sự thanh thản, tự tin và một niềm vui sống.

Vì thế, không cần phải chờ đợi sự chứng nghiệm bởi thời gian. Chỉ cần chúng ta khởi sự làm việc thiện và chấm dứt mọi điều ác, chúng ta sẽ cảm nhận được ngay những thay đổi tích cực trong tâm thức của chính mình.

Mặt khác, điểm chung nhất của tất cả những điều thiện vừa nêu trên là chúng luôn mang lại sự an vui và lợi ích cho mọi người quanh ta. Ngược lại, những điều bất thiện bao giờ cũng gây ra tác hại và làm thương tổn những người khác. Do đặc điểm này, người làm việc thiện luôn tạo ra được thiện cảm, luôn thu hút sự gần gũi và quý mến của tất cả mọi người. Ngược lại, những ai làm điều bất thiện phải luôn sống trong sự bất an và chịu sự ngờ vực, xa lánh của người khác.

Như vậy, có thể nói rằng sự hiện hữu của chúng ta trong cõi thế giới Ta-bà này là một bằng chứng về việc trong quá khứ ta đã từng làm theo những điều bất thiện. Mỗi chúng ta đều mang theo những ác nghiệp nhất định, và sinh ra trong thế giới này để nhận chịu những kết quả của việc làm xấu ác trước đây của mình.

Xét theo ý nghĩa này, thì tất cả chúng ta đều là những phạm nhân trong một trại tù bao la là cõi Ta-bà, bởi vì mỗi người chúng ta đều có một bản án riêng để phải nhận chịu.

Những ác nghiệp riêng biệt của mỗi người được gọi là biệt nghiệp. Những biệt nghiệp này tạo ra những nỗi đau khổ riêng của mỗi người, không ai giống ai.

Những ác nghiệp chung của nhiều người, dẫn đến những nỗi khổ chung của một cộng đồng, được gọi là cộng nghiệp.

Mỗi người đều có mang trong mình những biệt nghiệp và cộng nghiệp. Vì thế, trong những đau khổ của mỗi chúng ta, luôn có những nỗi khổ gắn bó với mọi người quanh ta cũng như những nỗi khổ chỉ riêng mình ta gánh chịu.

Và trong cái trại tù bao la là cõi Ta-bà này, chúng ta đã thấy xuất hiện khắp nơi những tên "trưởng tù" hung bạo. Họ là những phạm nhân không biết hối cải, nên tương lai của họ chỉ có thể là vĩnh viễn ở trong trại tù này, thậm chí còn có thể sa đọa vào những cảnh giới khắc nghiệt, đau khổ hơn nữa.

Nếu chúng ta có thể chấp nhận mình là người có tội, thì sự hối cải của chúng ta luôn được hoan nghênh, bởi nó sẽ làm dịu bớt đi nỗi đau khổ không chỉ của riêng ta, mà còn cho cả những người quanh ta nữa. Những phạm nhân biết hối cải như thế, chắc chắn sẽ có một ngày được thoát ra khỏi trại tù này.

Đáng buồn thay, có rất nhiều phạm nhân đã không thực sự biết hối cải. Trong cái trại tù bao la này, biết bao người vẫn tiếp tục chạy theo những ham mê danh lợi, chà đạp lên đạo nghĩa. Họ tranh chấp nhau, lừa dối nhau, hãm hại nhau... và thực hiện đủ mọi thủ đoạn để thỏa mãn lòng ham muốn của mình. Và trong khi làm như thế, họ ngày càng lún sâu vào trong đau khổ. Những thành công về vật chất không bao giờ bù đắp lại được những mất mát của họ, không thể mang lại cho họ sự thanh thản hay niềm vui chân thật, bởi vì họ đang tiếp tục tạo thêm rất nhiều ác nghiệp.

Trong kinh Đại thừa Bản sanh Tâm địa quán (大乘本生心地觀經), Phật dạy rằng: "Ba cõi như ngôi nhà đang cháy." (Tam giới như hỏa trạch - 三界如火宅). Nói như vậy là để chỉ rõ tính chất vô thường, khổ não mà tất cả chúng ta đang phải lãnh chịu. Thấy rõ được như vậy là động lực quan trọng giúp chúng ta từ bỏ các hành vi xấu ác, tích cực thực hiện những hành vi tốt lành. Ba tạng kinh điển của Phật thuyết dạy tuy là rất nhiều, nhưng cũng không ngoài mục đích dẫn dắt chúng ta đi đến chỗ bỏ ác, làm thiện. Như trong kinh Đại Bát Niết-bàn, phẩm Phạm hạnh có nói rất rõ như sau:

Không làm các điều ác,
Thành tựu các điều lành.
Giữ tâm ý thanh tịnh,
Chính lời chư Phật dạy.
諸惡莫作
諸善奉行
自淨其意
是諸佛教。

(Chư ác mạc tác,
Chúng thiện phụng hành,
Tự tịnh kỳ ý,
Thị chư Phật giáo.)

Nói rằng cõi thế giới này là thế giới của sự nhẫn nại chịu đựng, hay như ngôi nhà đang cháy, cũng đều có cùng một ý nghĩa là thừa nhận thực trạng khổ đau mà chúng ta đang phải nhận chịu do ác nghiệp đã làm. Sự thừa nhận này không thể xem là một cách nhìn bi quan về thế giới, mà là sự chấp nhận sự thật để vượt qua.

Nhưng vượt qua như thế nào?

Nói một cách đơn giản, đó là bỏ ác làm lành, để xóa bỏ ác nghiệp và tạo ra thiện nghiệp. Khi ác nghiệp đã dứt và thiện nghiệp được vun bồi, chúng ta sẽ không phải tái sinh trong cõi thế giới này nữa, mà sẽ được sinh về những cõi thế giới tốt đẹp, trong sạch khác, gọi là Tịnh độ. Chẳng hạn như cõi Cực lạc của Phật A-di-đà ở phương tây, cõi Diệu hỷ của Phật A-súc ở phương đông, hay cõi trời Đâu-suất với Bồ Tát Di-lặc hiện đang thuyết pháp...

Nói một cách đầy đủ hơn, đó không chỉ là thực hành theo Thập thiện đạo, mà còn là noi theo và thực hành 8 phương pháp chân chánh trong cuộc sống, gọi là Bát chánh đạo. Thực hành Thập thiện đạo chỉ là một phần trong 8 phương pháp chân chánh ấy. Cụ thể gồm các phương pháp sau đây:

1. Chánh kiến: Nhận thức chân chánh, thấy rõ bản chất thực sự của cuộc đời này.
2. Chánh tư duy: Suy nghĩ, có tư tưởng chân chánh, không nhận thức sai lầm về bản chất cuộc sống.
3. Chánh ngữ: Lời nói chân chánh, không nói ra những lời dối trá hoặc vô bổ, chỉ nói những lời chân thật và có ý nghĩa, mang lại lợi ích cho bản thân mình và người khác.
4. Chánh nghiệp: Việc làm chân chánh hay hành động chân chánh, nghĩa là những hành động có ý nghĩa, mang lại lợi lạc cho bản thân và người khác, cũng như không gây hại cho bất cứ ai.
5. Chánh mạng: Nghề nghiệp chân chánh, nghĩa là chọn những nghề nghiệp để nuôi

sống bản thân và gia đình mà không gây hại đến người khác.

6. Chánh tinh tấn: Nỗ lực chân chánh, nghĩa là luôn hướng đến sự thực hành tu tập và làm nhiều việc thiện, xa lìa và dứt bỏ những việc xấu ác, bất thiện.
7. Chánh niệm: Luôn duy trì sự tỉnh thức đối với ba nghiệp thân, khẩu, ý, không để chạy theo tham dục, tà kiến.
8. Chánh định: Tu tập thiền định để có định lực chân chánh, nghĩa là tập trung tâm ý không lúc nào buông thả.

Khi chúng ta không nhận thức đúng được về bản chất của thế giới này, không nhận biết được mình là những người "có tội" đang phải sống trong một thế giới như ngôi nhà đang cháy, như vậy không thể gọi là có chánh kiến.

Trong thế giới của chúng ta, ngoài những "phạm nhân" không biết hối cải, vẫn ngày đêm tạo thêm ác nghiệp, và ngoài những người thực sự biết hối cải, đang ngày đêm nỗ lực để bỏ ác làm lành, vẫn còn có một hạng người khác nữa. Đó là những người không có đủ chánh kiến.

Tuy họ không đến nỗi sa vào việc tiếp tục tạo ác, tuy họ vẫn có những nỗ lực nhất định trong việc làm lành, nhưng họ lại quên đi một điều là họ vẫn còn đang sống trong một "ngôi nhà đang cháy", một thế giới đầy đau khổ phải luôn nhẫn nại chịu đựng. Họ có tin và làm theo một vài pháp môn do Phật dạy, chẳng hạn như thực hành chánh niệm, và nhờ đó họ có được sự an ổn và thanh thản. Rồi họ hài lòng với những kết quả đó. Họ cho rằng mình đang có thể "sống an vui" ngay trong giây phút hiện tại này.

Nhưng họ không biết rằng sự "ngủ quên" của họ hoàn toàn không thể giúp họ xóa bỏ tất cả những ác nghiệp đã tạo ra từ trước! Những kết quả mà họ đạt được trong việc tu tập, thay vì tạo đà để tiếp tục tinh tấn đi theo con đường giải thoát, thì lại trở thành một thứ thuốc an thần, ru ngủ họ trong "ngôi nhà đang cháy". Vì thế, mặc dù vẫn có tâm hối cải nhưng chỉ vì thiếu chánh kiến mà họ đã vô tình để mình rơi vào chỗ trì trệ, lười nhác. Họ là những người rất đáng thương, đang để cho thời gian trôi qua đi mà vẫn an lòng sống trong một "ngôi nhà đang cháy". Vì thế, họ không thể dựa vào đâu mà thoát ra khỏi đó.

Để tránh sai lầm này, chúng ta cần phải đồng thời thực hiện cả 8 phương pháp chân chánh nói trên. Bát chánh đạo phải được hiểu như là một con đường duy nhất mà để tiến bước trên đó chúng ta phải cùng lúc vận dụng cả 8 phương pháp. Đừng bao giờ cho rằng một trong số những phương pháp ấy là có thể đủ để đưa ta đến chỗ an lạc, giải thoát. Chúng ta có thể nhất thời sai lầm không nhận ra điều đó, nhưng thời gian sẽ chứng minh rằng chỉ có sự vận dụng đồng thời cả 8 phương pháp thì mới có thể giúp ta đạt được một sự giải thoát rốt ráo, mới có thể thoát ra khỏi "ngôi nhà đang cháy" này.

Khi nhận thức đúng về bản chất của thế giới này cũng như của tất cả những ai đang sống trong đó, chúng ta sẽ dễ dàng có được sự cảm thông với tất cả mọi người cũng như với chính bản thân mình. Chúng ta sẽ không tự trách mình về những lỗi lầm không đáng có. Thay vì vậy, ta chấp nhận bản thân mình như hiện có và luôn nỗ lực để vươn lên ngày càng hoàn thiện. Chúng ta cũng sẽ không oán giận những ai gây tổn hại cho ta, vì ta thấy biết rằng họ là những "phạm nhân không hối cải", rằng nếu họ không sớm thay đổi thì cánh cửa "trại tù" này sẽ vĩnh viễn không bao giờ mở ra với họ. Chúng ta cũng sẽ không bao giờ hài lòng với những niềm vui tạm bợ, giả tạo mà vật chất mang lại trong cuộc sống, vì ta biết rằng chỉ khi nào thực sự xóa hết những ác nghiệp đã tạo ra thì chúng ta mới có thể có được sự an vui thanh thản thực sự.

Những người quen cũ

Những ác nghiệp của chúng ta luôn đồng hành với một khái niệm mà trong Phật giáo gọi là tập khí (習氣; Sanskrit: *vāsanā*). Từ ngữ này, trong tiếng Phạn (Sanskrit) có nghĩa là "ấn tượng, sự thúc giục". Một cách dễ hiểu hơn, tập khí được dùng để chỉ cho những thói quen, những tính khí được rèn tập từ lâu đời. Chúng tiềm tàng trong tâm thức của mỗi chúng ta, và đóng vai trò như một trong những động lực quan trọng quyết định việc ta sẽ hành động, suy nghĩ hoặc nói năng như thế nào.

Trong cuộc sống, ta rất dễ dàng nhận ra những thói quen khác nhau của mỗi người, nhất là những người mà ta thường xuyên tiếp xúc, gần gũi. Khi hiểu được thói quen của một người, đôi khi ta có thể dễ dàng đoán trước được những điều mà họ sẽ nói, sẽ làm... Bởi vì những điều họ sẽ nói, sẽ làm... đó là dựa theo thói quen. Thói quen chi phối hầu hết những hành vi thông thường hằng ngày của chúng ta, chẳng hạn như ăn uống, ngủ nghỉ, giải trí...

Nhưng đó là những việc hằng ngày, nghĩa là những việc mà ta chấp nhận làm theo thói quen. Đối với những sự việc quan trọng hoặc ít khi xảy ra, vai trò của thói quen như trên sẽ trở nên mờ nhạt hơn, bởi vì chúng ta cần suy nghĩ, phân tích, suy luận... rồi mới đi đến quyết định việc làm của mình.

Tập khí cũng là một dạng thói quen, nhưng là những thói quen rất khó nhận biết. Vì sao vậy? Trong khi thói quen bình thường được hình thành trong đời sống này thì tập khí lại là những thói quen có nguồn gốc rất xa xôi, được huân tập trong nhiều kiếp đã qua. Vì thế, trí nhớ thông thường của chúng ta hoàn toàn không biết đến chúng. Mặc dù vậy, chúng vẫn âm thầm tác động trong tâm ý chúng ta, thúc giục, sai khiến những hành vi, tư tưởng, lời nói của chúng ta, theo cách tương tự như thói quen, nhưng mãnh liệt và khó nhận biết hơn.

Lấy ví dụ như ái dục là một dạng tập khí. Trong

nhiều đời, nhiều kiếp đã qua, chúng ta đã liên tục trải qua những cảm xúc ái luyến mãnh liệt với người khác phái. Chúng ta sinh ra bởi ái dục, lớn lên trong ái dục, và mê đắm trong ái dục cho đến lúc lìa đời. Điều đó đã huân tập thành tập khí trong tâm thức ta. Vì thế, cho dù ta không hề nhận biết nhưng nó vẫn âm thầm tác động vào những suy nghĩ, hành vi của ta. Tất cả chúng ta khi lớn lên đều tự nhiên bị cuốn hút về phía người khác phái, bất kể người đó là ai. Sigmund Freud đã nhận biết điều này, cho dù lời giải thích của ông có phần giới hạn.

Tham lam, sân hận, ganh ghét, kiêu mạn... đều là những tập khí từ lâu đời. Thực ra chúng ta đều biết chúng không phải là những điều tốt đẹp, nhưng hầu hết chúng ta đều nhân nhượng, thối lui trước sự thúc giục, sai sử của chúng. Đó là bởi vì chúng ta không biết được chúng chỉ là những thói quen lâu đời. Ta thường gán cho chúng những tên gọi như bản chất, bẩm tính... Và sự nhận biết sai lầm đó làm cho chúng ta rơi vào tình trạng “chưa đánh đã thua” trước một kẻ thù giấu mặt.

Như đã nói, tập khí không chỉ mới hình thành trong đời sống này, mà có nguồn gốc xa xôi từ trước. Vì vậy, cho dù chúng ta có được nuôi dưỡng trong một môi trường như thế nào đi nữa thì tập khí vẫn có thể tác động đến hành vi của chúng ta, bởi vì nó thực sự không được tiếp nhận từ môi trường như những thói quen thông thường.

Nhưng vì tập khí cũng là một dạng thói quen, nên ta vẫn có thể chống lại nó, diệt trừ nó, cũng giống như ta có thể từ bỏ một thói quen. Tuy nhiên, như ta đã biết, thói quen có gốc rễ càng sâu thì việc từ bỏ càng khó khăn. Một thói quen hình thành chưa đến một năm sẽ dễ từ bỏ hơn những thói quen đã có từ lâu năm. Vì thế, tập khí có thể nói là những thói quen có gốc rễ rất sâu, và do đó rất khó từ bỏ.

Như trên có nói, ác nghiệp luôn song hành với tập khí. Bởi vì hành vi tạo ác không phải chỉ xảy ra trong một sớm một chiều, mà thường là sự tích tụ qua nhiều đời, nhiều kiếp. Vì thế, song song với việc tạo ra ác nghiệp, chúng ta cũng tạo thành những tập khí xấu trong tâm thức mình.

Lấy ví dụ như khi ta nói dối, đó là một điều bất thiện. Nhiều lần nói dối sẽ tích tụ ác nghiệp ngày càng nhiều, đồng thời cũng tạo ra thói quen nói dối. Thói quen này vẫn thường gặp ở không ít người. Đôi khi có những việc không cần thiết phải nói dối, họ vẫn cứ nói dối... theo thói quen. Nhưng nếu là nói dối triền miên đời này qua đời khác thì sẽ không còn là thói quen nữa, mà trở thành tập khí. Đã là tập khí thì chúng sẽ thôi thúc, điều khiển hành vi của chúng ta một cách mãnh liệt hơn, và cũng khó chống lại, khó từ bỏ hơn.

Trong tâm thức của chúng ta có rất nhiều tập khí. Có bao nhiêu ác nghiệp là có bấy nhiêu tập khí. Vì thế, có thể nói một cách chính xác rằng: khuynh hướng bất thiện của chúng ta luôn mạnh hơn khuynh hướng làm điều thiện. Đó là bởi vì, như đã nói, chúng ta đều là những người mang ác nghiệp mà đến cõi Ta-bà này.

Ta có thể hình dung việc làm điều thiện như đẩy một chiếc xe lên dốc, bao giờ cũng cần có những nỗ lực, gắng sức liên tục. Một khi mất đi lực đẩy, chiếc xe ấy sẽ lập tức lăn bánh theo chiều xuống dốc. Đó là vì những tập khí xấu ác luôn lôi kéo chúng ta đi theo con đường cũ, tiếp tục tạo ra những ác nghiệp như trước đây.

Nhận xét này là xuất phát từ thực tế mà không phải là một cách nhìn bi quan về hiện thực. Nếu chúng ta không nhận ra được khuynh hướng có thật này và nguyên nhân của nó, chúng ta sẽ rất dễ dàng rơi vào chỗ nản lòng thối chí khi việc "bỏ ác, làm lành" bộc lộ những khó khăn tưởng như không thể vượt qua. Hơn thế nữa, trong việc "đẩy xe lên dốc" như đã hình dung trên đây, ta chỉ có thể tiến lên hoặc lùi lại mà không khi nào có thể "đứng yên". Những ai đánh mất sự tinh cần, nỗ lực, bao giờ cũng sẽ đứng trước nguy cơ sa đọa, thối lui, chứ không bao giờ có thể "ở yên" nơi vị trí hiện có.

Hiểu được sự hình thành của tập khí là một điều quan trọng. Bởi vì chỉ có như vậy chúng ta mới có khả năng chiến thắng, không tuân theo sự thúc giục của chúng, và cuối cùng từ bỏ chúng.

Trước hết, vì biết rằng tập khí hình thành cũng giống như một thói quen - cho dù là những thói quen có gốc rễ rất lâu đời - cho nên ta tin chắc rằng mình có thể chống lại sự sai khiến của chúng, từ bỏ chúng, tương tự như ta có thể làm đối với mọi thói quen.

Thứ hai, khi nhận biết rõ những tập khí nào đang thôi thúc, lôi cuốn ta rơi vào những hành vi, tư tưởng bất thiện, ta sẽ ngay lập tức có đủ sức mạnh để dừng lại những hành vi, tư tưởng bất thiện đó. Điều này cũng tương tự như khi ta thực hiện một hành vi theo thói quen, ngay khi ta tỉnh thức biết được rằng mình đang làm theo thói quen, thì thói quen ấy lập tức không còn chi phối ta nữa. Mọi thói quen đều chỉ có tác dụng khi ta buông thả không chú ý đến chúng, khi ta không dùng đến lý trí để kiểm soát hành vi của mình. Một khi có sự hiện diện của lý trí, thói quen sẽ lùi bước.

Thứ ba, vì hiểu rằng tập khí là những thói quen đã có từ rất lâu, nên ta có thể chuẩn bị sự kiên nhẫn và ý chí thích đáng để chống lại chúng. Chúng ta sẽ không hiểu sai về tập khí như là những "bản chất không thay đổi", những "tính nết bẩm sinh"... Sự thật, không có cái gọi là "bản chất không thay đổi", cũng không gì có thể gọi là "tính nết bẩm sinh"... Đây chỉ là những cách nhận biết sai lầm về tập khí. Ta có thể thừa nhận một điều là tập khí rất khó nhận biết, rất khó thay đổi, nhưng điều đó hoàn toàn không có nghĩa là chúng không thể thay đổi, không thể từ bỏ.

Với một sự nhận biết đúng đắn và một ý chí mạnh mẽ, một sự kiên nhẫn đủ để duy trì ý chí đó, mỗi chúng ta đều có thể chiến thắng tập khí, có thể kiểm soát được mọi hành vi, lời nói, tư tưởng của mình, mà không vô tình làm một tên nô lệ cho những tập khí từ muôn đời.

Sát nghiệp của chúng ta

Trong Mười điều lành, việc giới sát được kể ra trước nhất. Chỉ cần chúng ta từ bỏ việc giết hại, cán cân thiện ác trong ta sẽ ngay lập tức thay đổi đáng kể.

Từ thuở xa xưa, con người đã phạm phải sai lầm lớn nhất là nghĩ ra việc giết hại loài vật để nuôi sống bản thân mình.

Sở dĩ tôi nói rằng con người "nghĩ ra việc giết hại loài vật", là bởi vì đó hoàn toàn không phải một bản năng tự nhiên.

Nếu đã tin vào nghiệp quả, chúng ta có thể dễ dàng thấy ngay là các loài thú ăn thịt có ác nghiệp rất nặng nề. Chúng sinh ra trong những chủng loại chỉ có thể giết hại để sinh tồn. Chúng không có bất cứ một lựa chọn nào khác hơn. Muốn sống, chúng phải giết hại các loài vật khác để ăn thịt. Sư tử, cọp, beo, chó sói... đều là những loài vật đáng thương như thế.

Như một vật rơi đã đến lúc không thể dừng lại, chúng ngày càng lún sâu trong ác nghiệp. Chúng mang theo ác nghiệp để thọ thân ác thú, để rồi lại phải tiếp tục tạo thêm ác nghiệp trong suốt đời sống của mình. Vì thế, khả năng vươn lên sự hiền thiện đối với chúng hầu như không còn nữa. Quả thật, chúng như chiếc xe đứt thắng đang lao nhanh xuống dốc và không còn cách nào để dừng lại hay đổi hướng được nữa.

Nhưng con người hoàn toàn không giống như thế. Chúng ta không bị nghiệp lực dồn ép vào con đường phải tạo sát nghiệp như các loài thú ăn thịt. Cơ thể chúng ta không đòi hỏi phải được nuôi sống bằng cách giết hại loài vật.

Nói một cách cụ thể, hàm răng của con người không có cấu trúc giống như các loài ăn thịt, không đủ sắc nhọn để cắn xé và ăn thịt. Đó là hàm răng được cấu tạo để ăn các loại ngũ cốc, rau quả... nói chung là thức ăn thực vật. Hệ tiêu hóa của con người càng không thể chấp nhận ăn thịt. Con người phải dùng lửa để nấu nướng cho chín rồi mới có thể "cưỡng bức" dạ dày của mình tiêu hóa loại thức ăn đó. Bởi vì cấu trúc tự nhiên của nó cũng không hề thích hợp với việc ăn thịt. Ruột người có độ dài tương tự như các loài ăn thức ăn thực vật, nghĩa là khá dài: ruột non có độ dài đến khoảng 6 mét, ruột già có đường kính lớn hơn và dài khoảng 1,5 mét. Trong khi đó, tất cả các loài ăn thịt đều có ruột ngắn hơn nhiều để có thể nhanh chóng đưa phần bã của thức ăn ra khỏi cơ thể.

Như vậy, cấu trúc cơ thể con người vốn sinh ra không phải để ăn thịt loài vật. Đây không phải một nhận xét chủ quan, mà hoàn toàn dựa trên những cơ sở phân tích khoa học. Nhưng con người với trí thông minh vượt hơn muôn loài đã đi ngược lại tự nhiên, đã nghĩ ra việc giết hại loài vật để ăn thịt, thay vì là sống với những thức ăn như rau quả, ngũ cốc... Và để cơ thể mình có thể chấp nhận những thức ăn vốn dĩ không thích hợp, con người cũng nghĩ ra cách nấu chín các món ăn đó, một điều mà không loài vật nào có thể làm được.

Từ những nhận xét trên, chúng ta thấy rõ là con người không hề bị bắt buộc phải giết hại các loài vật mới có thể nuôi sống bản thân mình. Con người đã chọn làm điều đó để thỏa mãn những tham muốn của mình. Và sự chọn lựa đó trong hàng nghìn năm qua đã cướp đi mạng sống của vô số con vật trên trái đất này!

Có lẽ không ai trong chúng ta thực sự muốn phê phán chính mình, nhưng đó lại là điều cần thiết phải làm để có thể vươn đến một đời sống tốt đẹp hơn.

Luận Đại Trí độ (大智度論) nói rằng: "Trong tất cả các tội ác thì tội giết hại là nặng nhất. Trong tất cả các công đức thì không giết hại là cao trỗi hơn hết." (Chư dư tội trung, sát tội tối trọng. Chư công đức trung, bất sát đệ nhất. - 諸餘罪中, 殺罪最重 。諸功德中, 不殺第一).

Vậy mà, hầu hết chúng ta đều rơi vào sát nghiệp. Hầu hết chúng ta đều trực tiếp hoặc gián tiếp tham gia việc giết hại. Nếu chúng ta không nhận ra điều này, liệu chúng ta có gì phải oán than trách móc về những khổ đau mà mình phải gánh chịu?

Trong Mười điều bất thiện, điều nào cũng gây tổn hại cho kẻ khác. Nhưng không có tổn hại nào nặng nề hơn việc bị giết hại, vì mạng sống một khi đã mất đi thì không thể nào cứu sống. Vì vậy, nói rằng tội giết hại là nặng nhất cũng là điều dễ hiểu.

Có lẽ trong chúng ta không ai tán thành việc giết hại. Nhưng vấn đề là ở chỗ, có một số người không cho rằng việc giết hại loài vật là "giết hại". Đối với những người ấy, chỉ có giết người mới gọi là giết hại, còn việc giết chết một con vật để ăn thịt chỉ là việc bình thường, không thể xem đó là giết hại. Với họ, loài vật sinh ra là để nuôi dưỡng con người (vật dưỡng nhân), vì thế không có gì phải băn khoăn khi giết một con vật. Hơn thế nữa, vì coi thường sinh mạng loài vật, nên nhiều khi họ giết hại một cách rất bừa bãi, không hề mảy may thương xót, cân nhắc. Để lấy được mật gấu thì giết cả con gấu, để lấy được ngà voi thì giết cả con voi, để bắt được cá lớn thì giết sạch cả cá lớn lẫn cá bé...

Điều quan trọng ở đây là, dựa vào đâu để phân biệt giữa mạng sống của con người và mạng sống của loài vật? Lý lẽ duy nhất mà chúng ta đưa ra chỉ là vì chính ta là người phán quyết, là người nắm giữ sức mạnh. Thử tưởng tượng, nếu trên trái đất này bỗng dưng xuất hiện một loài vật nào đó cực kỳ hung bạo và mạnh mẽ, không một loại vũ khí nào của chúng ta có thể giết chết được chúng, và chúng cũng lùng sục khắp nơi để bắt lấy con người mà ăn thịt... Khi ấy, liệu chúng ta có thể đem thứ lý lẽ "vật dưỡng nhân" ra nói với chúng được chăng? Hay ta cũng đành cam chịu số phận của kẻ yếu hơn, giống như bao nhiêu loài vật hiện nay đang chịu đựng sự giết hại của chúng ta!

Nhưng bởi vì điều đó không xảy ra, nên ta vẫn tiếp tục đắm sâu vào việc giết hại, không biết rằng đó chính là đang tạo ra ác nghiệp để rồi phải đời đời gánh chịu khổ đau vì những ác nghiệp đó!

Xét về mọi mặt, mạng sống của loài vật thực ra cũng không khác gì với chúng ta. Muôn loài đều biết tham sống sợ chết, đều yêu quý sinh mạng của mình. Trước khi chết, con vật nào cũng vùng vẫy, chống cự và đau đớn tột cùng. Những điều ấy hoàn toàn giống nhau giữa chúng ta và loài vật.

Hơn thế nữa, những ai cho rằng loài vật không có cảm xúc chỉ có thể là những người tự mình không có được một tâm hồn nhạy cảm. Bởi vì, những cảm xúc của loài vật thực ra rất dễ nhận biết, cho dù chúng không thể nói lên thành lời. Khi bạn đối xử trìu mến với một con vật nuôi trong nhà, bạn sẽ nhận lại được sự quyến luyến, thân thiện của nó. Khi bạn đánh đập, xua đuổi nó, nó sẽ xa lánh bạn và ngay cả khi bạn cho ăn, nó cũng luôn nhìn bạn với ánh mắt hoài nghi...

Trước sân nhà tôi là một tán cây lớn, mỗi buổi sáng đều có bầy chim sẻ tụ về. Khi ấy, ba tôi thường vãi cho chúng một nắm gạo. Ban đầu, chúng tỏ rõ vẻ hoài nghi, chỉ đậu trên những cành cao nhìn xuống. Chờ đến khi nào chúng tôi đã vào nhà, không có ai trước sân thì chúng mới sà xuống ăn. Lâu dần, bầy chim trở nên quen thuộc. Chúng biết là chẳng có ai muốn làm hại chúng, vì thế mà mỗi khi ba tôi vãi gạo ra là chúng sà ngay xuống ăn. Rồi chúng nhảy nhót trên sân ngay cả khi chúng tôi đang ngồi uống trà và trò chuyện ở một góc sân. Có hôm, ba tôi dậy trễ chưa ra sân cho ăn, chúng rủ nhau nhảy cả lên thềm nhà như để tìm kiếm, nhắc nhở...

Vì thế, không chỉ riêng con người mới có tình cảm, cảm xúc; cũng không phải chỉ có con người mới có đời sống đáng quý giá. Mọi sinh mạng đều quý giá như nhau, đều rất khó có được, đều mong manh dễ mất, và khi đã mất đi thì không thể cứu sống lại được.

Đức Phật dạy rằng tất cả chúng sinh đều có tâm thức bình đẳng như nhau, đều có thể tu tập để đạt đến sự giác ngộ hoàn toàn. Những chúng sinh nào vì ngu muội mà tạo quá nhiều ác nghiệp phải sinh làm thân thú vật. Những chúng sinh nào tạo ác nghiệp ít hơn được sinh ra làm người, có nhiều điều kiện thuận lợi hơn để học hỏi, tu tập. Như vậy, nếu ngày nay được sinh làm người nhưng không biết phân biệt thiện ác, tiếp tục tạo nhiều ác nghiệp, thì trong đời vị lai chưa chắc đã tiếp tục được làm người.

Mỗi một điều ác ta làm đều không thể mất đi mà luôn tạo ra một kết quả tương ứng phải gánh chịu trong tương lai. Bởi vậy, hành vi giết hại bao giờ cũng là những món nợ nặng nề nhất mà ta đang vay mượn. Nếu không sớm thức tỉnh, nợ nần chồng chất, ác nghiệp sâu dày, thì càng về sau sẽ càng khó lòng trả dứt.

Hơn nữa, nghiệp ác mà ta đã tạo ra từ trước vốn dĩ đã không nhỏ, nên cũng đã tạo thành tập khí sâu nặng trong tâm thức. Điều đó khiến cho ta rất khó bỏ ác làm lành, mà luôn có khuynh hướng tiếp tục tạo nghiệp ác. Nếu biết tỉnh thức nhận ra điều ấy, ngay tức thời từ bỏ sát nghiệp thì may ra mới có thể dần dần lánh xa các điều ác khác. Bằng như thuận theo những ác nghiệp đã tạo, sẽ như con thuyền bị cuốn trôi xuôi theo dòng nước, không còn có hy vọng gì quay trở về được nữa!

Phóng sinh -chuyện nhỏ khó làm

Một trong những nỗ lực mạnh mẽ nhất có thể giúp chúng ta nhanh chóng dứt bỏ được sự giết hại là thực hành việc phóng sinh.

Trong thực trạng hôm nay, mỗi ngày quanh ta đều xảy ra vô số việc giết hại. Chim trời, cá nước... mỗi ngày đều bị bắt giữ, giết hại đến số không sao tính đếm hết. Nếu trong những sinh mạng đang bị đe dọa sắp giết hại đó, có thể bằng cách này hay cách khác cứu thoát chúng, trả chúng về với cuộc sống bình thường trong tự nhiên, dù chỉ là một con, hai con cho đến nhiều con, đều là thực hành việc phóng sinh, đều là tạo ra thiện nghiệp vô cùng to lớn, có thể xóa bỏ đi rất nhiều ác nghiệp đã tạo.

Việc phóng sinh vì thế rất đơn giản. Lấy ví dụ như trước đây ta vẫn thường ra chợ mua cá về ăn. Nay đã biết hồi tâm từ bỏ nghiệp giết hại nên không ăn nữa, cũng có thể ra chợ mua lấy một vài con cá còn sống rồi mang thả xuống sông, cứu nó thoát khỏi sự giết hại. Điều đó thật dễ dàng, vì mua cá để phóng sinh thì cũng không khác gì với trước đây ta vẫn ngày ngày mua cá để ăn vậy thôi.

Nhưng ý nghĩa của hai sự việc lại hoàn toàn thay đổi theo chiều hướng trái ngược nhau. Việc làm trước đây là ngày ngày gây thêm ác nghiệp, việc làm bây giờ là ngày ngày tạo thêm thiện nghiệp, xóa dần ác nghiệp.

Tiến thêm một bước nữa, khi điều kiện cho phép, chúng ta có thể cố gắng mua nhiều cá hơn để phóng sinh. Nỗ lực càng nhiều thì thiện nghiệp càng lớn, cũng giống như người làm ruộng, gieo cấy càng nhiều thì sẽ gặt hái được càng nhiều.

Không chỉ là cá, mà chim, thỏ, cua, ếch... bất cứ loài vật nào cũng đều có thể mua để phóng sinh. Chỉ cần cứu thoát được chúng khỏi sự giết hại là việc phóng sinh xem như thành tựu.

Như trên đã nói thì việc phóng sinh quả thật rất dễ làm. Dù là có nhiều tiền hay ít tiền cũng đều làm được. Dù là thực hiện trong một ngày hay nhiều ngày, cũng đều có thể tùy theo khả năng mà làm, không nhất thiết phải hạn định ở mức nào mới được. Vì thế, nếu xét theo sự đơn giản và cách thức thực hiện dễ dàng như vậy thì việc phóng sinh quả thật chỉ là chuyện nhỏ...

Nhưng chuyện nhỏ này lại có thể mang đến cho chúng ta những sự lợi ích không nhỏ chút nào!

Trước hết, phóng sinh là hành vi mạnh mẽ nhất để đối trị với tập khí giết hại nhiều đời của chúng ta. Trong thực tế, do đã làm việc giết hại trong nhiều đời, nên ngày nay cho dù chúng ta có nhất thời nghe biết đạo lý, phân biệt được thiện ác mà phát tâm từ bỏ việc giết hại thì cái tập khí sâu nặng kia vẫn còn đó, luôn có khuynh hướng thúc giục chúng ta quay lại con đường cũ. Khi ta thực hành việc phóng sinh, mọi tư tưởng giết hại sẽ không còn có thể sinh khởi trong ta nữa. Đơn giản chỉ là vì bạn không thể cùng lúc nghĩ đến cả hai việc phóng sinh và giết hại!

Thứ hai, việc phóng sinh nuôi dưỡng tâm từ bi của chúng ta. Khi thực hành việc phóng sinh là ta thực hành quan tâm đến sự sống của loài vật, thấu rõ được sự đau đớn của chúng khi bị giết hại, cảm nhận được nỗi vui mừng của chúng khi được cứu sống. Do có sự quan tâm như vậy mà lòng từ bi của chúng ta được nuôi dưỡng, tâm hồn chúng ta trở nên nhạy cảm và dễ cảm thông hơn với loài vật cũng như với tất cả mọi người khác.

Thứ ba, như đã nói trên, nếu như giết hại là việc ác lớn nhất, thì phóng sinh lại là điều lành lớn nhất. Phóng sinh là cứu sống kẻ sắp chết, là mang lại sự bình an cho kẻ đang nguy cấp, là noi theo tâm từ bi vô lượng của chư Phật, vì thương xót chúng sinh đang khổ não mà ra tay cứu giúp.

Điều mà mỗi chúng sinh yêu thương, quyến luyến nhất chính là sinh mạng của mình. Ai cướp đi sinh mạng của ta, người ấy sẽ là kẻ thù lớn nhất; ai cứu thoát sinh mạng của ta trong lúc nguy cấp, người ấy sẽ là người ơn lớn nhất. Vì thế, thực hành phóng sinh chính là việc thay đổi oán thù thành ân nghĩa, chuyển điều ác thành điều thiện.

Chỉ một việc làm mà có thể mang lại những kết quả lớn lao như thế, chẳng phải là việc rất tốt đẹp hay sao?

Nếu nhìn theo góc độ nhân quả nhiều đời thì từ

vô số kiếp đến nay ta đã gây biết bao sát nghiệp, lại cũng đã biết bao lần bị kẻ khác giết hại, vì thế mà kết thành không biết bao nhiêu oan nghiệt oán thù. Nếu không hồi tâm tỉnh ngộ thì nghiệp lực chiêu cảm, tất phải đời đời thọ sinh trong cõi luân hồi để trả nợ cho nhau. Cho nên luận Hộ pháp nói rằng: “Tất cả chúng sinh cứ lần lượt mà ăn nuốt lẫn nhau.” (Nhất thiết chúng sinh đệ tương thôn đạm. 一切眾生遞相吞噉 。) Đó cũng là muốn nói lên ý này vậy.

Nhưng vì sao việc phóng sinh thật dễ làm và có thể mang lại lợi ích lớn lao như thế mà rất nhiều người lại không làm được? Điều này cũng có những nguyên nhân nhất định, nhưng một trong những nguyên nhân quan trọng nhất có thể nói là do chưa hiểu được thông suốt ý nghĩa của việc phóng sinh.

Cũng chính vì không hiểu được một cách trọn vẹn và đúng đắn ý nghĩa của việc phóng sinh, nên có rất nhiều người đã không tự mình làm việc phóng sinh mà còn đưa ra những lý lẽ phản bác, công kích người khác khi thấy họ làm việc này.

Lại cũng có không ít người, dù đã phát tâm làm việc phóng sinh, nhưng khi nghe người khác phản bác, công kích thì lại đâm ra hoang mang, hoài nghi rồi từ bỏ không làm nữa.

Kẻ chê bai vốn đã sai lầm, mà người nghe lời chê bai ấy lại động tâm thay đổi, bỏ đi việc tốt đáng làm, cũng là rơi vào chỗ sai lầm như họ. Tất cả đều chỉ vì không có đủ những hiểu biết và lập luận xác đáng về việc phóng sinh mà thôi.

Vì thực trạng đó cho nên cũng có thể nói rằng, việc phóng sinh quả là một chuyện nhỏ khó làm! Dù bản thân sự việc vốn dĩ không khó thực hiện, nhưng việc vượt qua những rào cản của sự chỉ trích, chê bai lắm khi lại rất khó khăn nên nhiều người đã không làm được. Thật đáng tiếc thay!

Điều đó cũng là vì những kẻ chê bai, chỉ trích thường đưa ra những lý lẽ mà thoạt nghe tưởng như rất chặt chẽ, xác đáng. Còn người làm việc phóng sinh thì lòng tin chưa sâu vững, lại ít khi chịu tìm hiểu về những ý nghĩa sâu xa của việc phóng sinh, nên một khi bị chê bai, chỉ trích liền rơi vào chỗ hoang mang, nghi ngờ.

Mặt khác, có nhiều khi sự chê bai, chỉ trích của người khác lại cũng là xuất phát từ cách hiểu, cách làm sai lệch của chính những người thực hiện việc phóng sinh. Nên xét cho cùng thì sự lầm lạc có khi cũng là ở cả đôi bên chứ không riêng bên nào.

Trước hết, việc phóng sinh phải là xuất phát từ tâm từ bi, mở rộng lòng cảm thông với nỗi khổ của chúng sinh sắp bị giết hại mà thực hiện việc phóng sinh. Nếu chỉ hiểu một cách đơn thuần rằng phóng sinh là việc thiện nên làm, rồi bắt tay thực hiện, thì cho dù đó cũng là điều tốt, nhưng hiệu quả của việc làm sẽ có rất nhiều hạn chế.

Thứ nhất, vì không cảm thông với nỗi khổ của chúng sinh khi bị giết hại, nên việc phóng sinh đó không giúp ta đối trị với tập khí sát nghiệp lâu đời.

Vì thế, những người làm việc phóng sinh theo cách này thì hôm nay phóng sinh con vật này, ngày mai lại có thể ra tay giết hại con vật khác. Cái vòng luẩn quẩn giết tha, tha giết như thế rõ ràng không phải là chỗ ý nghĩa tốt đẹp của việc phóng sinh.

Thứ hai, khi làm việc phóng sinh mà không xuất phát từ tâm từ bi, thì tâm ấy vốn đã không được sinh khởi, còn nói gì đến chuyện được nuôi dưỡng! Do đó mà dù có nhiều lần làm việc phóng sinh cũng không thay đổi được tâm tánh, cũng không tăng trưởng được tâm từ bi.

Vì những lẽ trên, nên người làm việc phóng sinh mà trước hết không xuất phát từ tâm từ bi thì việc làm ấy cho dù vẫn là việc tốt, mà hiệu quả phải có nhiều hạn chế.

Hơn thế nữa, một khi đã không xuất phát từ tâm từ bi thì việc thực hiện rất dễ rơi vào chỗ sai lệch. Chẳng hạn, một số người làm việc phóng sinh như một cách bỏ tiền ra để mua lấy tiếng tốt, mong rằng những người khác qua việc làm ấy mà sẽ đánh giá tốt về mình. Một số người khác thấy bạn bè thân hữu quanh mình đều làm việc phóng sinh, nên dù không thực tâm muốn làm nhưng vì sợ người khác chê cười mà làm. Lại có những người vì lòng mong cầu được sự may mắn, được sống lâu, được khỏi bệnh tật... mà làm việc phóng sinh. Những điều này thực ra dù không mong cầu cũng tự nhiên sẽ được, vì là kết quả của việc thiện đã làm. Nhưng khi xuất phát từ lòng mong cầu những điều đó để làm việc phóng sinh thay vì là phát khởi tâm từ bi, thì hiệu quả của việc làm liền bị hạn chế đi rất nhiều.

Điều quan trọng nhất là, khi xuất phát từ những động cơ lệch lạc như trên để thực hiện việc phóng sinh thì tâm từ bi sẽ không tăng trưởng. Vì thế mà những người làm việc phóng sinh theo cách này thường không thể đảm bảo là sẽ kiên tâm thực hiện lâu dài.

Một trong những sai lệch thường gặp khác nữa là người ta thường đợi đến những ngày có lễ hội, những dịp quan trọng có đông người tham dự để làm việc phóng sinh. Mỗi lần như thế, họ thường phóng sinh rất nhiều, thậm chí có người còn ấn định trước con số vật loại sẽ phóng sinh, như ba trăm, năm trăm... Vì thế, trước ngày phóng sinh, có khi họ phải tìm mua ở nhiều nơi mới có đủ số để phóng sinh. Những kết quả tất nhiên của việc làm này là, vào các ngày ấy thì những con vật được bán với giá cao hơn và bán được nhiều hơn. Những người làm nghề săn bắt chim, thú, cá... đều biết vậy, nên vào những dịp này họ nỗ lực đánh bắt nhiều hơn để mong kiếm được nhiều tiền hơn.

Đứng từ góc độ khách quan mà nhìn vào như thế thì quả thật có rất nhiều lý lẽ để chê bai, chỉ trích.

Thứ nhất, khi người làm việc phóng sinh đua nhau thực hiện vào những dịp lễ hội và chấp nhận trả nhiều tiền hơn, khác nào là thúc giục, đôn đốc những kẻ săn bắt chim, thú... phải cố gắng săn bắt cho được nhiều hơn? Thậm chí họ còn chuẩn bị trước đó nhiều ngày để có được số lượng nhiều hơn, làm cho càng có nhiều chim thú phải chịu cảnh khổ vì bị bắt nhốt, giam cầm để chờ đợi. Ví như có dịp lễ hội nào mà số người làm việc phóng sinh ít hơn thường lệ, thì số chim, thú... được chuẩn bị sẵn ấy chắc chắn cũng không được thả ra, mà phải bị chuyển sang bán cho người ta ăn thịt. Như vậy, việc làm dù tốt mà có khác nào gây ra hậu quả xấu?

Thứ hai, do chim thú bị bắt với số nhiều, phải giam nhốt trong những môi trường chen chúc, chật hẹp, nên cá thiếu nước, chim thiếu khí trời... hết thảy đều phải khổ sở, thậm chí rất nhiều con phải chết trước ngày phóng sinh. Đã vậy, ngay cả những người mua chúng về để phóng sinh lại cũng muốn chờ cho đúng ngày, đúng giờ, nên chúng lại phải tiếp tục chờ đợi một cách khổ sở. Có khi trong một thùng nhỏ chứa đến hàng trăm con cá, trong một cái lồng bé tí mà có đến năm bảy chục con chim... Vì thế, cho đến lúc được trả về với tự nhiên thì một số trong đó đã phải mạng vong, một số khác dù chưa chết nhưng vừa được thả ra đã chết ngay trước mắt người phóng sinh. Số còn lại may mắn sống còn thì cũng đã phải trải qua một thời gian tù ngục khổ sở khôn kể xiết!

Nếu là xuất phát từ tâm từ bi để làm việc phóng sinh thì không thể mắc vào những sai lệch như trên.

Thứ nhất, các loài chim, cá, thú rừng... bị bắt về để bán cho người ta ăn thịt ngày nào cũng có, mà ngày nào thì sự nguy cấp cũng đều như nhau. Khi đã phát tâm làm việc phóng sinh thì chỉ sợ không có khả năng chứ không đợi ngày giờ. Ngay khi vừa có chút tiền có thể dành ra để mua được một con, hai con cho đến nhiều con đều sẽ lập tức tìm mua để thả ra. Bởi trong lòng thương xót chúng, cảm thông với nỗi khổ bị giam cầm, bị đe dọa, phải sợ hãi, đau đớn, nên làm việc cứu giúp phải càng sớm càng tốt, cũng bất kể là có ai biết đến việc làm của mình hay không, chỉ cần cứu sống được sinh mạng là tự thấy vui vẻ rồi.

Khi làm việc phóng sinh như thế này thì đến người bán cũng không cần phải biết là mình mua để phóng sinh, chỉ trao cho họ đủ tiền là được. Cho nên, mỗi ngày dù có một người, hai người cho đến hàng trăm người âm thầm làm việc phóng sinh như thế, thì vật loại được cứu sống dù rất nhiều cũng không kích thích lòng tham của những kẻ săn bắt hay buôn bán chim thú.

Thứ hai, do xuất phát từ tâm từ bi, cảm thông với nỗi khổ của chúng sinh đang bị giam cầm cấp thiết, nên ngay khi có đủ tiền mua rồi, liền lập tức mang thả ra ngay. Nhờ đó mà chim, cá, thú... đều không phải bị giam nhốt chờ đợi khổ sở. Bởi vậy, phóng sinh như thế này thì số con vật bị chết sẽ giảm thiểu, dù chẳng may có chết cũng là rất ít, và cũng là do nơi những người săn bắt, buôn bán trước đó, chứ không đến nỗi bị chính người phóng sinh hại chết!

Vì những lẽ trên cho nên nói rằng, muốn làm việc phóng sinh, trước hết nên phát khởi tâm từ bi, và xuất phát từ đó mà thực hiện việc phóng sinh.

Nếu được như vậy thì việc phóng sinh chỉ cần tùy vào khả năng thực sự của mình, cho dù ít ỏi cũng vẫn có được hiệu quả lớn lao, ác nghiệp sẽ ngày một giảm nhanh, tâm hiếu sát cũng không còn nữa, tâm từ bi được tăng trưởng ngày một mạnh mẽ hơn. Đến lúc đó thì nhìn thấy vật loại chúng sinh bị giam cầm, bức bách, tự nhiên sẽ phát khởi tâm từ bi vô lượng mà nghĩ cách cứu giúp theo khả năng của mình. Việc phóng sinh sẽ trở thành tự nhiên cũng như thở hít khí trời, không một chút gượng ép mà cũng không còn thấy là khó khăn như lúc ban đầu. Khi được như vậy, dù ai có viện ra bao nhiêu lý lẽ để chê bai, chỉ trích cũng không thể làm lay động lòng mình, chỉ phát khởi tâm từ bi mà thương xót cho kẻ mê muội ấy mà thôi.

Còn những ai vì chưa hiểu được ý nghĩa của việc phóng sinh mà đã từng thực hành theo cách sai lệch như trên, cũng không cần phải tự trách mình mà thối thác, từ bỏ việc phóng sinh. Vẫn nên tiếp tục làm, chỉ cần thay đổi nhận thức về việc làm của mình, tự mình phát khởi tâm từ bi, thương xót loài vật. Được như vậy thì những sai lệch trước đây sẽ tự nhiên dần dần mất đi, mà hiệu quả lớn lao của việc phóng sinh liền có thể cảm nhận được ngay.

Lại có người hỏi rằng: “Những kẻ săn bắt, buôn bán chim, thú... là dựa theo nhu cầu của người mua mà cung cấp. Nay khuyến khích nhiều người làm việc phóng sinh, có khác nào gia tăng thêm nhu cầu, buộc họ phải gia tăng thêm việc săn bắt, mua bán?

Chi bằng nếu đã thấy rõ được ác nghiệp của việc giết hại thì tự mình dứt bỏ là được rồi. Bao nhiêu công sức để làm việc phóng sinh, có thể vận dụng để làm những việc thiện khác chẳng là tốt hơn hay sao?"

Lời này nghe qua thật là hợp lý. Và hiểu như thế thì rõ ràng là nếu có nhiều người làm việc phóng sinh, sẽ càng có nhiều người làm việc săn bắt, mua bán chim thú!

Nhưng cũng nên nghĩ lại rằng, chim thú vốn là đã bị bắt, mạng sống đang bị đe dọa, ta mới ra tay làm việc phóng sinh. Điều đó không có nghĩa là vì ta mà chim thú bị bắt, càng không có nghĩa là ta khuyến khích việc săn bắt!

Bản thân ta cũng vì đã tạo ác nghiệp trong nhiều kiếp mà phải sinh ra trong cõi thế giới này, nên nhìn ra chung quanh thì người người đều làm việc giết hại, người người đều mỗi ngày tạo thêm ác nghiệp. Nay ta có cố gắng làm việc phóng sinh, tu tập, cũng là để tự cứu lấy mình khỏi những ác nghiệp đã tạo. Một mai khi ác nghiệp đã dứt, thiện nghiệp đầy đủ, được sinh về những cõi thế giới tốt đẹp không có người làm việc giết hại, khi ấy cần gì phải làm việc phóng sinh?

Vì thế, lời nói trên lẽ ra phải nên hiểu ngược lại rằng: "Chính vì có người làm việc săn bắt, mua bán chim thú, nên mới phải có người làm việc phóng sinh. Càng nhiều người làm việc săn bắt, mua bán chim thú, lại càng phải có nhiều người làm việc phóng sinh hơn."

Những người làm việc săn bắt, mua bán chim thú vốn có ác nghiệp riêng của họ. Ta dù có thương họ cũng không cứu giúp được, chỉ có thể cầu mong cho họ được nghe biết pháp Phật, hiểu được đạo lý thiện ác, tự mình từ bỏ ác nghiệp đang làm, thì mới có thể tự cứu được mình mà thôi. Cũng như những chim thú bị bắt giết kia, vốn cũng có ác nghiệp của chúng nên mới sinh làm loài cầm thú. Nay ta có thương xót cũng chỉ có thể nhất thời cứu thoát sinh mạng của chúng chứ không thể cứu được ác nghiệp mà chúng đang gánh chịu.

Nay dù không có ai làm việc phóng sinh, cũng không phải vì thế mà không có người làm việc săn bắt chim thú, bởi mục đích chính của họ vốn là bán cho người ta ăn thịt chứ không phải để bán cho những người làm việc phóng sinh!

Bởi vậy, bắt giết có ác báo của việc bắt giết, phóng sinh có thiện báo của việc phóng sinh. Nếu vì có nhiều người phóng sinh như ta mà những người săn bắt, mua bán gia tăng thêm việc làm của họ, đó cũng là xuất phát từ lòng tham lam của bản thân họ, không phải do nơi thiện tâm của chúng ta. Nếu họ chẳng tham lam muốn kiếm nhiều tiền hơn, thì dù ta có mua nhiều chim thú để thả ra, cũng không khiến họ gia tăng việc săn bắt. Vì thế, lòng tham là ở nơi họ, thì ác nghiệp là do họ tạo. Ta làm việc phóng sinh là xuất phát từ tâm từ bi, thì thiện nghiệp đã rõ ràng không thể nghi ngờ gì nữa!

Lại có người hỏi rằng: "Trong tự nhiên đã sẵn có

quy luật, dù là giữa rừng sâu mà muông thú cũng đều biết tuân theo. Nếu có nhiều loài sinh sản, thì cũng phải có những loài bắt giết, nhờ đó mà giữ được sự cân bằng trong thiên nhiên. Nếu mọi người ai ai cũng làm việc phóng sinh, hoặc chẳng còn ai làm việc săn bắt, thì các loài chim, thú chẳng phải là sẽ sinh trưởng tự do, lan tràn ra khắp chốn mà làm rối loạn cả môi trường sống hay sao?"

Lời này thoạt nghe cũng thấy là hợp lý. Thử tưởng tượng, hiện nay mỗi ngày đều có đến số hàng nghìn, hàng triệu con vật bị bắt giết trên trái đất này, vậy mà chim vẫn có, cá vẫn còn... vẫn tiếp tục sinh trưởng khắp nơi. Nay nếu như đột nhiên người người đều bỏ ác làm thiện, không bắt giết chúng nữa, thì rõ ràng là số lượng loài vật sẽ tăng lên nhanh biết bao nhiêu? Bởi những con vật kia chẳng những đã không phải chết, mà lại còn tiếp tục góp phần vào việc sinh sản, như vậy thì không bao lâu số chim, thú... chắc chắn sẽ nhiều đến mức không sao tưởng tượng được!

Nhưng cũng nên nghĩ lại, cái gọi là "quy luật tự nhiên" đó vốn cũng chỉ là do ta gọi tên mà có. Thực ra, những con thú ăn thịt kia vốn chỉ là do nghiệp giết hại đã tạo từ nhiều đời trước nên nay mới phải làm loài thú và tiếp tục giết hại. Chúng như những kẻ trộm đã lâu ngày, lún sâu vào việc trộm cắp nên không còn có thể hồi tâm thay đổi được nữa, chỉ tiếp tục việc làm của mình và phải chịu sự trừng phạt của luật pháp. Bản thân chúng ta vốn không giống như các loài thú ăn thịt đó, vì ta có quyền lựa chọn của riêng mình, không bị bắt buộc phải sống nhờ vào sự giết hại những con vật khác.

Còn sự cân bằng của môi trường tự nhiên vốn không chỉ dựa vào sự giết hại lẫn nhau của muông thú. Điều đó còn liên quan đến nhiều yếu tố phức tạp khác như nhiệt độ, khí hậu, điều kiện sống... Mặt khác, sự giết hại lẫn nhau của các loài thú trong điều kiện cạnh tranh sinh tồn giữa tự nhiên cũng hoàn toàn không phải là điều mà con người nên bắt chước. Chúng ta luôn tự hào là có lý trí và tình cảm vượt xa tất cả các loài vật, vì thế mà việc làm của chúng ta cũng phải xuất phát từ những sự chọn lựa sáng suốt, đúng đắn hơn. Một trong những sự chọn lựa ấy chính là từ bỏ sự giết hại.

Và điều này ngày nay đã được không ít các nhà bảo vệ môi trường lên tiếng khẳng định. Mặc dù họ hoàn toàn không dựa vào những niềm tin của tín ngưỡng, tôn giáo, nhưng những kết quả nghiên cứu khoa học khách quan của họ đã đưa đến kết luận tương tự: sự giết hại của con người ngày nay đang hủy hoại môi trường đến mức báo động! Trong thực tế, mối đe dọa trước mắt đối với chúng ta hiện nay không phải là "quá đông" các loài động vật, mà là nguy cơ đang phải vĩnh viễn chia tay với nhiều loài động vật. Nếu không có các biện pháp bảo vệ kịp thời, trong một ngày không xa trái đất của chúng ta sẽ có khả năng trở thành một hành tinh chết, với sự hiện hữu cô độc và tuyệt vọng của con người trong một môi trường thiên nhiên đã hoàn toàn bị phá hủy!

Bạn không tin điều đó sao? Sự thật thì cái gọi là "chim vẫn có, cá vẫn còn..." đó chỉ là cách nhìn thiển cận, giới hạn trong một phạm vi thời gian ngắn ngủi mà chúng ta đang nhìn thấy mà thôi. Hiện nay, danh sách các loài động vật được ghi vào "sách đỏ"[1] của thế giới đang nhanh chóng gia tăng, thậm chí nhiều loài đã mất hẳn trước khi con người kịp quan tâm bảo vệ chúng. Hơn thế nữa, sự giết hại hàng loạt của con người cũng đe dọa làm thay đổi, biến dạng nhiều cảnh quan xinh đẹp trong thiên nhiên, xua đuổi các loài vật phải rời khỏi nơi sinh trưởng thích hợp tự nhiên của chúng. Nhiều quốc gia trên thế giới đã nhận ra điều này và đang mở rộng dần các khu vực bảo vệ tự nhiên, nghiêm cấm tuyệt đối mọi hành vi săn bắt, giết hại trong các khu vực ấy.

Như vậy là, cuối cùng thì con người cũng đã nhận ra những sai lầm của mình trong việc phá hoại môi trường. Và điều này càng khẳng định hơn nữa việc từ bỏ sự giết hại và thực hành phóng sinh chỉ có thể là mang lại những kết quả tốt đẹp chứ không còn nghi ngờ gì nữa!

---

[1] Tức là danh sách các loài động vật được công nhận là đang có nguy cơ tuyệt chủng, cần phải được bảo vệ.

Sự giết hại gián tiếp

Rất nhiều người trong chúng ta tuy không trực tiếp nhìn thấy hoặc tham gia vào việc giết hại loài vật, nhưng lại là gián tiếp góp phần vào đó. Điều này là một sự thực vô cùng tế nhị và phức tạp, và thực ra là khó từ bỏ hơn nhiều so với những sự giết hại trực tiếp.

Thế nào là giết hại gián tiếp? Đó là khi sự giết hại loài vật có một phần tác động, đóng góp nào đó của chúng ta, dù là dưới hình thức này hay hình thức khác. Xét trong ý nghĩa này thì đời sống hiện nay của tất cả chúng ta hầu như đều có liên quan đến việc giết hại, bởi vì thế giới của chúng ta quả thật là đang tồn tại song song và dựa vào sự giết hại.

Khi mà trong thực đơn hằng ngày của chúng ta luôn có sự hiện diện của các loại thịt, cá... thì không thể phủ nhận được sự góp phần của chúng ta trong việc giết hại các loài động vật. Bạn có thể không hề nhìn thấy, nhưng chỉ cần bạn mua một miếng thịt nai, điều đó cũng có nghĩa là bạn đang góp sức duy trì công việc của người săn nai. Bởi một điều tất nhiên là, nếu không có ai ăn thịt nai, cũng sẽ chẳng có ai lặn lội vào rừng để săn bắt loài vật này.

Hàng triệu người trên thế giới này đang sống nhờ vào sự giết hại. Những đoàn thuyền đánh cá quy mô với tất cả máy móc, trang thiết bị hiện đại. Những nhà máy thịt đóng hộp mỗi ngày tiêu thụ hàng tấn thịt... Hầu hết chúng ta mỗi ngày đều góp tiền cho các hoạt động ấy, thông qua việc tiêu thụ những sản phẩm thịt cá trên thị trường...

Ngoài ra, công việc chăn nuôi cũng là quen thuộc với hầu hết chúng ta. Mỗi nhà ở thôn quê đều có nuôi ít nhất cũng là năm ba con gà, vài chục con vịt... Rồi heo, dê, bò, ngựa... biết bao nhiêu gia súc, gia cầm được chúng ta nuôi dưỡng, chỉ với một mục đích duy nhất là sử dụng sinh mạng của chúng để nuôi sống bản thân mình. Hoặc chúng ta trực tiếp giết hại chúng, hoặc bán cho người khác giết hại.

Bạn có thể cho rằng một bức tranh toàn cảnh như thế quả thật rất bi quan, thậm chí có thể làm nản lòng những ai muốn bỏ ác làm lành. Bởi vì nhìn đâu đâu cũng chỉ thấy toàn những việc không nên làm, mà muốn thay đổi cả thế giới này thì quả thật chỉ là một điều không tưởng!

Nhưng sự bi quan khi nhìn nhận một thực tế như vậy sẽ chẳng giúp ích gì cho sự hoàn thiện đời sống của chúng ta. Chúng ta cần phải thấy rằng, cho dù trong bất cứ hoàn cảnh nào thì những nỗ lực vươn lên của chúng ta cũng sẽ không bao giờ là vô ích.

Từ bỏ sự giết hại

Như trong một phần trước đã nói, thế giới này của chúng ta vốn là nơi quy tụ của những chúng sinh đã tạo nhiều ác nghiệp, trong đó nặng nề nhất vẫn là nghiệp giết hại. Trong một bối cảnh như vậy, việc đa số con người vẫn tiếp tục làm chuyện giết hại cũng là điều dễ hiểu. Và bất cứ ai kịp thời tỉnh thức để dừng lại, dù ít dù nhiều cũng đều là một sự đáng quý.

Vì vậy, chúng ta không nên đòi hỏi việc nhất thời có thể dứt bỏ hoàn toàn cả việc giết hại trực tiếp và gián tiếp. Chỉ cần ta nhận thức được vấn đề và có một quyết tâm tự thay đổi chính mình theo hướng vươn lên, điều đó sẽ giúp ta dần dần rũ bỏ được những ác nghiệp đã tạo.

Khởi điểm khiêm tốn nhất của chúng ta trước hết là nên từ bỏ ngay mọi hành vi trực tiếp giết hại. Điều này vô cùng quan trọng. Bởi vì, trong thực tế có một sự khác biệt rất lớn giữa việc bạn ăn thịt gà và tự tay cắt cổ giết gà. Hành vi trực tiếp giết hại bao giờ cũng là một ác nghiệp rất nặng nề, làm thương tổn lòng từ bi và nuôi lớn thêm tập khí giết hại vốn đã sẵn có trong mỗi chúng ta. Vì thế, từ bỏ được việc trực tiếp giết hại sẽ là một bước khởi đầu rất quan trọng và có thể mang lại những thay đổi lớn lao trong tâm hồn bạn.

Vào thời đức Phật còn tại thế, khi ngài lần đầu

tiên thuyết dạy về việc từ bỏ hành vi giết hại trong xã hội Ấn Độ, cũng có rất nhiều người không thể làm theo ngay được. Vì thế, ngài đã tạm thời cho phép các đệ tử được dùng ba loại thịt gọi là "trong sạch" (tam tịnh nhục). Ba loại thịt ấy là:

1. Thịt của con vật mà người ăn không trực tiếp nhìn thấy khi nó bị giết.
2. Thịt của con vật mà tai người ăn chẳng nghe biết khi nó bị giết.
3. Thịt của con vật mà người ăn hoàn toàn không biết là đã bị giết để cho mình ăn.

Đây chính là phương tiện mà đức Phật đã dùng để giúp các đệ tử của ngài dần dần từ bỏ việc giết hại. Vì thế, sau khi đã từ bỏ được việc trực tiếp giết hại, chúng ta cũng có thể học biết ba loại "tịnh nhục" này để tạm thời sử dụng trong khi chưa thể hoàn toàn dứt bỏ việc ăn thịt. Khi chỉ dùng ba loại "tịnh nhục" này, ta sẽ tiến được xa hơn một bước nữa trong việc từ bỏ sự giết hại.

Cùng với những việc làm trên, ta nên bắt đầu làm quen với một số ngày ăn chay trong tháng. Hầu hết những người tập ăn chay thường bắt đầu mỗi tháng hai ngày, vào đầu tháng và giữa tháng. Ta có thể tăng dần lên bốn ngày, rồi sáu ngày, mười ngày... Lâu dần, ta có thể phát nguyện ăn chay một tháng, hoặc hai tháng, ba tháng... trong một năm.

Điều quan trọng nhất trong việc tập ăn chay là những ngày chay phải hoàn toàn trong sạch, thuần khiết. Bạn có thể ăn chay mỗi tháng bốn ngày mà giữ được trọn vẹn, còn hơn là mỗi tháng mười ngày nhưng không thực sự trong sạch. Đặc biệt, trong ngày ăn chay tuyệt đối không nên mua sắm hoặc nấu nướng những thức ăn mặn để chuẩn bị cho ngày hôm sau, vì như thế sẽ làm mất đi ý nghĩa của ngày ăn chay.

Ngày nay, ăn chay không chỉ là vấn đề của tín ngưỡng. Các bác sĩ, chuyên gia dinh dưỡng đôi khi cũng đề nghị với bệnh nhân nhiều chế độ dinh dưỡng để trị bệnh, mà thực chất là những chế độ ăn chay, bởi vì chúng loại trừ hoàn toàn các loại thịt, cá. Sở dĩ như vậy là vì khoa học đã nhận ra rất nhiều tác hại của việc ăn thịt động vật, đồng thời cũng nhận ra những ưu điểm của việc ăn chay đối với sức khỏe. Ăn chay giúp ngăn ngừa rất nhiều mầm bệnh, giúp cơ thể phát triển một cách tự nhiên hơn vì không phải đối phó với nhiều chất độc hại có trong các loại thịt động vật. Người ăn chay rất hiếm khi bị thiếu hụt các sinh tố (vitamin), vì chúng hiện diện rất nhiều trong các thức ăn tự nhiên như rau, củ, quả...

Một trong những hoài nghi của khoa học dinh dưỡng trước đây đối với việc ăn chay là có thể dẫn đến suy dinh dưỡng do thiếu chất đạm (protein). Tuy nhiên, mối lo ngại này nay đã hoàn toàn được giải tỏa, khi khoa học khám phá ra rằng các loại đậu, nhất là đậu nành, chứa một hàm lượng đạm rất cao và ở dạng dễ tiêu hóa, tốt hơn nhiều so với đạm có trong thịt động vật.

Vì thế, nếu bạn quyết định ăn chay, bạn có thể sẽ nhận được sự tư vấn của các chuyên gia dinh dưỡng rằng điều đó hoàn toàn tốt cho sức khỏe của bạn, không phải lo ngại về việc “thiếu dinh dưỡng” như trước đây rất nhiều người vẫn lầm tưởng.

Mặt khác, trong những nỗ lực từ bỏ sự giết hại, bạn không thể không xem xét đến việc từ bỏ chăn nuôi gia súc, gia cầm.

Do thói quen đã lâu đời, chúng ta luôn nhìn việc chăn nuôi gia súc, gia cầm như một hành vi rất tự nhiên, không có gì đáng để xem là ác nghiệp. Hơn thế nữa, đây lại là một trong những nguồn kinh tế phụ khá quan trọng đối với nhiều gia đình. Một số người mặc dù đã biết ăn chay nhưng vẫn tiếp tục chăn nuôi. Họ nghĩ rằng, chỉ nuôi thôi, đừng giết hại chúng là được rồi! Nhưng than ôi, tuy không giết mà bán cho người khác giết thì cũng có khác gì!

Chúng ta hãy thử đưa ra một vài phân tích để thấy rõ bản chất thực sự của việc chăn nuôi gia súc, gia cầm. Từ đó, mỗi người sẽ có thể tự cân nhắc, xem xét để thấy rõ là việc này có nên làm hay không.

Trước hết, chúng ta chỉ có một động cơ duy nhất để chăn nuôi. Đó là lợi dưỡng. Hoặc ta nuôi để trực tiếp giết thịt, hoặc nuôi để bán cho người khác giết thịt, nhưng cả hai cũng đều đưa lại kết quả giống nhau cho tất cả gia súc, gia cầm được nuôi. Không có ai nuôi gà, vịt, lợn... vì lòng từ bi, thương xót chúng! Vì thế, mục đích của việc làm đã có thể xác định một cách rất rõ ràng, không cần bàn cãi.

Và một khi mục đích đã được xác định ngay từ đầu, thì số phận của tất cả những con vật nuôi tất nhiên là đã được định sẵn - một số phận không lấy gì làm khả quan mà tất nhiên là không có bất cứ sinh vật nào mong muốn.

Như vậy, xét cho cùng thì chăn nuôi cũng chính là một hành vi giết hại. Quan trọng hơn nữa, đây là một hành vi giết hại có sự cố ý, có một kế hoạch định sẵn, và thường là có quy mô tập thể.

Người đánh bẫy thú rừng có thể bắt được mỗi ngày một vài con thú để làm kế sinh nhai. Đó là ác nghiệp rõ ràng mà ai trong chúng ta cũng có thể thấy rõ. Thú rừng thoáng thấy bóng dáng anh ta thì đều sợ hãi, lẫn trốn. Anh ta cũng lộ rõ không che giấu vẻ hung bạo của mình khi bắt được những con mồi, và chúng luôn cảm nhận được là sẽ chết trong tay anh ta. Mặc dù vậy, trước khi vào rừng thì anh ta cũng không thể biết là hôm nay mình sẽ giết hại những con thú nào, thậm chí cũng không thể biết là liệu có con thú nào vướng bẫy hay không... Những điều đó có một phần nào không nằm trong sự tính toán của anh ta.

Nhưng với người chăn nuôi thì khác. Anh ta có thể có một dáng vẻ rất hiền hòa, thân thiện với đàn gia súc, gia cầm của mình, thậm chí còn vuốt ve chúng nữa. Không có con vật nuôi nào sợ sệt anh ta, vì anh ta cho chúng ăn, gần gũi với chúng. Vì thế, chúng không muốn lẫn tránh anh ta - nhưng cho dù có muốn, chúng cũng không thể làm được điều đó! Những con vật ấy thật khó có thể biết được, cảm nhận được rằng mình sẽ chết trong tay con người hiền hòa và thân thiện này! Nhưng tất cả đều đã nằm trong sự tính toán của anh ta, nên anh ta hoàn toàn có thể biết chắc được là hôm nay những con vật nào sẽ chết, có bao nhiêu con sẽ chết... Con số đó có thể lên đến hàng chục, thậm chí hàng trăm...

So sánh những điều trên thì bạn có thể thấy ngay tính chất nhẫn tâm của một người chăn nuôi thực ra là vượt xa cả những người săn bắt thú. Sở dĩ người ta không nhận ra sự nhẫn tâm đó, là vì người ta mặc nhiên không chịu thừa nhận rằng sinh mạng của những gia súc, gia cầm kia cũng là sinh mạng, và cũng đều đáng quý như sinh mạng của mỗi chúng ta!

Bây giờ, nếu bạn thử so sánh số phận của những con vật bị săn bắt trong tự nhiên với số phận của những con vật nuôi, bạn sẽ thấy ra một điều là những con vật nuôi thực ra kém may mắn hơn nhiều.

Thứ nhất, những con vật nuôi chưa từng có được một đời sống tự do. Sinh hoạt hằng ngày của chúng hoàn toàn là do người nuôi quy định. Ngày nay, người ta còn nghĩ ra những cách như nuôi gà trong ống tre, nuôi heo trong những khung kín không thể xoay trở... tất cả đều là nhằm tăng thêm lợi nhuận, và cái gọi là "quyền sống" của con vật chưa bao giờ được xem xét đến. Trong khi đó, những con vật trong tự nhiên luôn có được một đời sống tự do, có thể nô đùa, bộc lộ tình cảm với nhau, ít nhất cũng là khi chưa bị con người giết hại.

Thứ hai, những con vật nuôi đã nhận sẵn bản án tử hình ngay từ lúc sinh ra, và bản án đó có thể được thực hiện bất cứ lúc nào. Lợn sữa cũng có thể bị mang đi quay nướng, bồ câu ra ràng[1] ăn càng bổ dưỡng... Không có quy định nào về độ tuổi của những con vật bị giết, hay nói cách khác là chúng có thể chết bất cứ lúc nào. Và chúng hoàn toàn không có khả năng lẫn tránh, chạy trốn như những con thú trong tự nhiên. Chúng chỉ có một con đường duy nhất là ngoan ngoãn đi vào chỗ chết.

Thứ ba, những con vật nuôi là những tử tù hoàn toàn không có hy vọng được ân xá. Trong khi những con thú trong tự nhiên bị bắt về còn có hy vọng trong muôn một là sẽ có người mua chúng để phóng sinh, thì những con vật nuôi hoàn toàn không có được hy vọng này. Bạn có thể mua chim, cá, thỏ, rùa, cua... nghĩa là bất cứ con vật nào trong tự nhiên để phóng sinh, trả chúng về cho tự nhiên. Nhưng ngược lại, cho dù có thương xót đến đâu bạn cũng không thể mua những con gà, con vịt... để phóng sinh, vì chúng hoàn toàn không có chỗ để bạn trả về! Chúng chỉ có mỗi một con đường duy nhất trong xã hội loài người này, đó là đường chết!

Ngay cả với những con vật được nuôi dưỡng với một vài mục đích khác hơn là việc giết thịt, thì số phận cuối cùng của chúng cũng không tốt đẹp hơn. Trâu cày vẫn bị giết thịt, bò sữa cũng không thoát

---

[1] Bồ câu chỉ mới đủ lông cánh, vừa có thể bay ra khỏi tổ, nghĩa là còn rất nhỏ.

khỏi, chó giữ nhà rồi cũng chung số phận... Bất kể chúng có đóng góp được những gì, đích đến cuối cùng của chúng vẫn là sẽ bị giết thịt!

Bởi vậy, cách duy nhất để góp phần chấm dứt những số phận đen tối của gia súc, gia cầm là hãy từ bỏ việc chăn nuôi. Cho dù ta có thừa nhận hay không thì đó vẫn là một ác nghiệp, và nó chắc chắn sẽ chiêu cảm những ác báo tương ứng. Nếu đã quyết tâm từ bỏ việc giết hại, bạn cũng nên dứt khoát với việc chăn nuôi.

Hơn thế nữa, một người bẫy thú nếu biết hồi tâm, chỉ trong một ngày có thể đổi nghề để sinh sống. Với một người chăn nuôi thì điều đó khó khăn hơn nhiều. Bởi sự giết hại của anh ta là một kế hoạch cụ thể, nên anh ta thật khó lòng mà không hoàn tất kế hoạch đó, khi nó mang lại cho anh ta nhiều lợi nhuận.

Và như đã nói, việc thực hành phóng sinh vào bất cứ khi nào có dịp sẽ hỗ trợ rất mạnh mẽ cho bạn trong việc thực hiện tất cả những điều trên để từ bỏ ác nghiệp. Như một kết quả tất nhiên, những người đã thường xuyên làm việc phóng sinh thì không thể tự mình trực tiếp làm việc giết hại. Trong thực tế, những người thường xuyên làm việc phóng sinh sẽ ăn chay rất dễ dàng, vì họ không còn cảm thấy thích thú những món ăn có thịt cá, thậm chí còn có phần ghê sợ nữa. Thường xuyên phóng sinh cũng làm tăng trưởng tâm từ bi, từ đó giúp bạn sáng suốt nhận ra tính chất ác hại của việc chăn nuôi nên có thể từ bỏ một cách dễ dàng hơn.

Và nếu chúng ta có thể từ bỏ việc giết hại, thực hành việc phóng sinh cũng như trở thành người ăn chay hoàn toàn, thì ngay giữa thế giới còn đầy dẫy ác nghiệp này ta vẫn có thể nhận ra được ánh sáng từ bi đang tỏa sáng, phá tan đi bức màn vô minh tăm tối.

Thực hành phóng sinh mỗi ngày?

Có thể bạn sẽ dễ dàng nảy sinh sự hoài nghi khi nghe đến điều này. Bởi cho dù có dễ dàng đến đâu đi chăng nữa, bạn cũng không thể tin được là mỗi chúng ta đều có thể thực hành việc phóng sinh mỗi ngày. Bạn sẽ hình dung được ngay biết bao nhiêu là trở ngại, phiền toái, khó khăn... mà thực tế là không thể nào vượt qua để có thể tổ chức việc phóng sinh mỗi ngày!

Nhưng điều đó đơn giản chỉ là vì bạn đã hiểu ý nghĩa của việc phóng sinh theo một cách quá hẹp. Và thật không may là cách hiểu theo nghĩa hẹp đó lại là cách hiểu vẫn quen thuộc từ xưa nay, đến nỗi nhiều người luôn nghĩ như thế mà không có gì cần phải suy xét lại.

Thực ra, như trong một phần đầu chúng ta đã bàn đến, mạng sống này của tất cả chúng ta đều quý giá và rất mong manh. Sự quý giá và mong manh đó dẫn đến một hệ quả là sự sống cần phải được chăm sóc, bảo vệ trong từng giây, từng phút. Bởi vậy, sẽ là một sai lầm nếu chúng ta chỉ thấy được sự chấm dứt của đời sống là cái chết, mà không thấy được những tổn hại về thể chất cũng như tinh thần có thể thường xuyên xảy ra trong đời sống - những cái chết dần dần hay những cái chết từng phần của đời sống.

Khái niệm "không giết hại" của Phật giáo thực ra trong nguyên ngữ tiếng Phạn (Sanskrit) được viết là *ahiṃsā*, và ban đầu được dịch sang chữ Hán là bất hại (不害). Về sau, trong một số kinh điển cũng dịch từ này là bất sát sinh (不殺生). Cách dịch sau này giúp cho khái niệm *ahiṃsā* trở nên dễ hiểu, dễ truyền đạt hơn, nhưng đồng thời cũng do đó mà thu hẹp một phần ý nghĩa.

Hiểu một cách đầy đủ, *ahiṃsā* có nghĩa là không gây ra sự tổn hại cho bất cứ chúng sinh nào. Lý do rất đơn giản, bởi vì mỗi chúng ta đều không muốn bị người khác làm tổn hại. Do tự xét mình như vậy, nên không thể gây ra tổn hại cho người khác. Trong kệ số 129 của kinh Pháp Cú, Phật dạy về điều này rất rõ:

Ai cũng sợ dao gậy,
Ai cũng đều sợ chết,
Lấy tâm mình suy người,
Đừng giết, bảo người giết.
一切懼刀杖，
一切皆畏死，
以自度他情，
莫殺教他殺。

Nhất thiết cụ đao trượng,
Nhất thiết giai úy tử,
Dĩ tự đạc tha tình,
Mạc sát, giáo tha sát.

Như vậy, nói không giết hại là đúng nhưng chưa đủ. Bởi vì khi "lấy tâm mình suy người" thì chúng ta có thể thấy rằng, không chỉ là ta không muốn bị giết hại, ta cũng không muốn cả những việc như bị đánh đập, bị xúc phạm bằng lời nói, bị thương tổn về thể xác hoặc tinh thần... Trong đó, không giết hại là ý quan trọng nhất, nhưng các ý khác cũng không thể quên đi, vì chính việc hiểu đúng và đầy đủ ý tưởng này mới có thể giúp ta thực sự trở nên người hiền thiện.

Trong cuộc sống, ác nghiệp được tạo thành không chỉ khi chúng sinh giết hại lẫn nhau, mà còn cả khi chúng sinh gây tổn hại cho nhau dưới mọi hình thức. Thực ra, chúng ta cũng đã từng biết có những trường hợp nếu ai đó bị làm hại đến mức "sống không ra sống", thì sự gây hại như vậy còn có thể xem là nặng nề hơn cả sự giết hại, bởi nó gây ra những nỗi đau khổ rất lớn lao cho nạn nhân.

Vì vậy, ý nghĩa của lời khuyên "không giết hại" nên được hiểu rộng hơn để đúng với những gì Phật đã truyền dạy, nghĩa là không chỉ giới hạn ở việc đoạn dứt sinh mạng, mà còn là tất cả những hành vi gây tổn hại đến đời sống hạnh phúc của mọi chúng sinh, tất cả những hành vi mà tự thân chúng ta không muốn người khác thực hiện đối với mình.[1]

Và hiểu theo nghĩa này thì quanh ta luôn đầy dẫy những hành vi gây tổn hại cho nhau. Do tham lam, sân hận, si mê, mỗi ngày chúng ta đều không ngừng làm tổn hại người khác, ngay cả những người thân nhất của mình. Chúng ta nói năng không lựa lời, cốt sao cho thỏa ý, bất kể điều đó có xúc phạm người khác hay không. Chúng ta cay cú với đồng nghiệp khi bất mãn, quát nạt những nhân viên dưới quyền khi nóng giận, và thậm chí có những khi gây thương tổn cho người khác một cách không cần thiết...

Không chỉ lời nói, mà cả việc làm của chúng ta cũng không ra ngoài khuynh hướng này. Nếu không tỉnh táo nhận biết, chúng ta sẽ còn tiếp tục gây tổn hại cho người khác, bởi vì chúng ta rất thường cho đó là những việc "hợp lý". Trong cái lý bon chen, mạnh được yếu thua, ta sẵn sàng gạt bỏ hoặc cướp lấy quyền lợi của người khác mà không cho như vậy là bất nhẫn. Ta gây đau khổ cho người khác ở nhiều mức độ nặng nhẹ khác nhau, và bản thân ta cũng hứng chịu khổ đau do người khác gây ra... Cái vòng luẩn quẩn của đời sống cứ thế mà tiếp diễn.

Vì thế, nếu hiểu phóng sinh theo ý nghĩa là cứu

[1] Có lần, thầy Tử Cống hỏi đức Khổng Tử về một đạo lý để noi theo suốt đời. Đức Khổng Tử dạy rằng: "Điều gì mình không muốn thì chớ làm cho người khác." (己所不欲，勿施於人。Kỷ sở bất dục, vật thi ư nhân.) Phải chăng đây là chỗ gặp nhau của những đạo lý chân chính?

vớt sự sống, thì sự sống quanh ta ngày ngày cần đến sự cứu vớt. Tự kiềm chế bản thân để không nói ra lời nặng nề với một đồng nghiệp, đó là ta đang cứu vớt cuộc sống hạnh phúc của người ấy, tránh cho họ những giây phút dằn vặt, khổ sở vì bị xúc phạm, và do đó mà cuộc sống của họ được tốt đẹp hơn. Tương tự, nếu trong cơn nóng giận ta biết tự chế để không trút giận lên những thuộc cấp của mình, đó là ta đã cứu vớt cuộc sống hạnh phúc của họ...

Có những sự việc rất nhỏ nhoi, nhưng nếu bạn quan sát theo hướng này, bạn sẽ thấy là rất nên làm. Chỉ cần mang lại niềm vui và tránh được sự tổn hại cho mọi người quanh ta, thì bất cứ lời nói, việc làm nào cũng đều trở nên có ý nghĩa lớn lao. Bởi vì đó chính là thực hành việc phóng sinh.

Do đó, khi bạn giúp đỡ người khác, khuyên người khác làm điều tốt đẹp, chỉ rõ cho họ biết một điều lầm lạc không nên làm... đều là giúp cho họ có thể sống tốt hơn, và như thế cũng đều là phóng sinh.

Bạn hãy bắt đầu từ những người thân trong gia đình. Hãy dành ra một khoảng thời gian thích hợp để suy nghĩ về những gì bạn đã làm trong thời gian qua. Bạn đã nói năng, ứng xử, hành động như thế nào, có thực sự là không gây tổn hại đến những người thân của mình hay không? Nếu quả được vậy, bạn sẽ là người rất may mắn. Bởi vì trong hầu hết các trường hợp, khi suy xét lại một cách khách quan, chúng ta rất thường nhận ra nhiều việc làm của mình luôn gây ra sự buồn khổ, thương tổn hoặc phiền lòng cho những người thân. Trong trường hợp ấy, chúng ta đã vô tình làm tổn hại đến cuộc sống vui vẻ của họ, cho dù đó là cha, mẹ hay anh, chị, em... Và ngay khi chúng ta nhận ra để chấm dứt những lời nói, việc làm gây thương tổn cho người thân của mình mỗi ngày, đó là ta đã thực hành phóng sinh, đã làm cho đời sống của họ trở nên vui vẻ, tốt đẹp hơn.

Cũng với cách nhìn này, bạn sẽ thấy có rất nhiều điều nên làm khi giao tiếp với tất cả mọi người. Cuộc sống quanh ta vốn đã có quá nhiều những khổ đau, bất hạnh. Ta không nên tạo thêm những nỗi khổ đau, bất hạnh khác nữa, mà hãy bằng mọi cách làm giảm bớt đi những nỗi khổ hiện có cho mọi người quanh ta. Chỉ cần bạn biết mở lòng ra để thực sự cảm thông, bạn sẽ biết được những việc nên làm.

Đôi khi, có những việc nghe ra rất lớn lao tưởng như dời non lấp bể nhưng lại chẳng có gì là quan trọng, bởi nó chẳng liên quan gì đến cuộc sống hạnh phúc của chúng ta. Nhưng việc quan trọng thực sự lại chính là những việc giúp ta có một cuộc sống an vui, hạnh phúc hơn, cho dù đó có thể là những việc rất nhỏ nhoi...

Một bài diễn văn gây chấn động thế giới cũng chẳng có nghĩa gì với một người đang đau khổ vì mất đi một người thân, nhưng một lời an ủi chân thành đưa ra đúng lúc lại có thể chia sẻ được phần nào nỗi đau và giúp cho cuộc sống của người ấy bớt phần khổ sở. Cũng vậy, hàng triệu đô-la bỏ ra để xây dựng một tòa cao ốc có thể là không có ý nghĩa bằng những khoản học bổng khiêm tốn nhưng giúp cho một học sinh nghèo không phải bỏ học...

Chúng ta thực sự có thể làm được rất nhiều điều để chia sẻ những khó khăn, những nỗi đau khổ của mọi người quanh ta trong cuộc sống, cũng như mang lại cho họ những niềm vui nhỏ nhoi nhưng vô cùng quý giá. Nhưng chúng ta chỉ có thể làm được như vậy khi có được một sự đồng cảm sâu sắc, một sự rung động thật lòng, biết vui theo cái vui của người khác và cảm nhận được nỗi đau của người khác. Đây chính là ý nghĩa của lòng từ bi trong cuộc sống. Bởi vì từ bi không phải là điều gì rất xa xôi và trừu tượng, khó hiểu, mà từ bi chính là khả năng mang lại niềm vui và cứu vớt khổ đau cho người khác![1] Và trong ý nghĩa này thì đó cũng chính là thực hành việc phóng sinh.

Nhưng cũng không chỉ có đời sống của kẻ khác mới là quý giá, mà đời sống của bản thân ta cũng cần được quan tâm. Chúng ta không thể chỉ quan tâm đến đời sống của người khác mà quên đi việc chăm sóc đời sống bản thân. Hơn thế nữa, thực tế là chỉ khi nào ta đã có được cuộc sống an vui, hạnh phúc đúng nghĩa, ta mới có khả năng mang lại an vui, hạnh phúc cho kẻ khác.

Chăm sóc đời sống bản thân không có nghĩa là theo đuổi sự sung túc, giàu có hay an nhàn, hưởng thụ. Tất cả những điều đó chỉ mang lại cho ta sự

[1] Kinh Hoa Nghiêm nói: "Từ năng dữ lạc, bi năng bạt khổ" (慈能與樂, 悲能拔苦) chính là nói lên ý này.

thỏa mãn giả tạo và nhất thời, không bền chắc. Cho dù quanh ta có đầy đủ hết thảy mọi điều kiện vật chất, ta vẫn không thoát khỏi những nỗi khổ đau của cuộc sống này, cũng như điều đó không hề đảm bảo là ta sẽ được thực sự an vui, hạnh phúc.

Vì thế, ý nghĩa của việc chăm sóc bản thân ở đây chính là hướng đến một đời sống thực sự an vui, hạnh phúc, bằng sự thanh lọc và rèn luyện tinh thần để có thể có được sự an vui trong mọi điều kiện khác nhau của đời sống.

Và khi bạn làm được như thế là bạn đang cứu vớt đời sống của chính bản thân, không để cho đời sống này phải chết dần đi qua việc chìm sâu trong ác nghiệp, và luôn nuôi dưỡng nó mỗi ngày bằng những thiện nghiệp để có thể hướng đến một ngày mai tươi sáng hơn. Trong ý nghĩa này, sự tu tập hướng thượng này cũng chính là thực hành việc phóng sinh.

Do đó mà có thể thấy rằng ý nghĩa của việc phóng sinh là rất rộng, và tương quan với tất cả những điều lành đã được Phật thuyết dạy, cũng tương quan với hết thảy các pháp môn tu tập. Và điều đó cũng là dễ hiểu, vì cho dù là pháp môn nào đi nữa thì cũng không ngoài ý nghĩa cứu vớt đời sống này ra khỏi mọi khổ đau vì ác nghiệp.

Thực hành bố thí cũng là phóng sinh, vì là nuôi sống thân mạng của chúng sinh, mang đến cho họ những gì họ đang cần đến trong đời sống.

Thọ trì năm giới cấm[1] cũng là phóng sinh, vì giúp cho đời sống của ta và người khác đều được an vui, hạnh phúc, không gây tổn hại đến bất cứ ai.

Tu tập hạnh nhẫn nhục cũng là phóng sinh, vì nhẫn chịu mọi khổ đau về phần mình mà không làm tổn hại đến kẻ khác, do đó mà sinh khởi lòng từ bi thương xót và cảm thông với tất cả chúng sinh.

Thực hành hạnh tinh tấn cũng là phóng sinh, vì dẹp bỏ sự lười nhác, sa đọa, tự mình luôn hướng đến cuộc sống tốt đẹp hơn cũng như mang lại cuộc sống tốt đẹp hơn cho mọi người chung quanh mình.

Tu tập trí huệ Bát-nhã cũng là phóng sinh, vì giúp ta thấu rõ bản chất và ý nghĩa cuộc sống, có thể tự mình chọn cách sống tốt đẹp và hướng dẫn cho mọi người quanh mình cũng đều có đời sống tốt đẹp.

Thực hành thiền định cũng là phóng sinh, vì nuôi dưỡng được đời sống tinh thần tốt đẹp, có được định lực trong đời sống, nhờ đó mà có thể làm lợi ích cho chính bản thân và cho mọi người khác.

Vì thế nên nói rằng, thực hiện hết thảy mọi điều lành, tu tập hết thảy mọi pháp môn, cũng đều là thực hành phóng sinh.

Do đó mà chúng ta hoàn toàn có thể thực hành

---

[1] Năm giới cấm: là những giới mà người Phật tử tại gia vâng giữ theo, gồm có: không sát sinh, không trộm cắp, không tà dâm, không nói dối và không uống rượu. Về ý nghĩa chi tiết của năm giới cấm, xin tìm đọc "Về mái chùa xưa", cùng một tác giả, NXB Tôn giáo.

việc phóng sinh mỗi ngày, không cần thiết phải chờ đợi dịp này hay dịp khác, cũng không cần thiết phải chờ đợi dành dụm cho được nhiều tiền bạc, bởi vì việc thực hiện các điều lành nhiều khi lại không cần thiết phải có tiền. Nhưng điều quan trọng không thể thiếu được lại chính là một tấm lòng!

Thay lời kết

Câu chuyện của chúng ta có thể phải tạm dừng ở đây, cho dù người viết vẫn còn không ít điều muốn nói. Dù vậy, những gì chúng ta đã đề cập đến cũng có thể xem là tạm đủ cho một bước khởi đầu.

Phóng sinh không phải là một khái niệm xa lạ đối với hầu hết chúng ta, nhưng một vài ý tưởng trong sách này có thể là phần nào đó chưa quen thuộc lắm với bạn đọc. Tuy vậy, tất cả những gì được trình bày ở đây không chỉ là một sự góp nhặt, chúng là những gì mà người viết đã thực sự cảm nhận trong cuộc sống. Vì thế, nếu có bất cứ sự sai lệch nào xuất phát tính chất chủ quan của những nhận thức được nêu ra trong sách, người viết sẽ rất vui mừng được đón nhận sự góp ý trao đổi từ bạn đọc gần xa, cũng như sẽ vô cùng biết ơn sự quan tâm chỉ giáo của các bậc tôn túc, trưởng thượng.

Sự sống trên thế gian này, cho dù nhìn từ bất cứ góc độ nào - triết học, khoa học hay tôn giáo - cũng vẫn còn đầy bí ẩn. Tất cả đều chạm phải những giới hạn không thể vượt qua. Riêng đối với tôn giáo, cho dù niềm tin là có thể vượt qua mọi giới hạn, nhưng đích đến vẫn còn là nằm về phía trước, cho nên một hiểu biết đầy đủ về sự sống vẫn chưa phải là điều chúng ta có được trong hiện tại.

Nhưng tất cả - triết học, khoa học và tôn giáo -

đều gặp nhau ở một nhận thức chung về tính chất quý giá và mong manh của sự sống. Vì thế, không ai trong chúng ta còn có thể hoài nghi về điều này. Và nếu như có bất cứ ai còn chưa thấy được tính chất quý giá và mong manh của sự sống, có thể nói là những người đó chưa từng được sống!

Mặc dù vậy, nhiều người trong chúng ta thường quên đi tính chất quý giá và mong manh của sự sống, hay nói đúng hơn là ta chỉ thấy được tính chất này ở bản thân ta hoặc những người thân của ta, hoặc mở rộng hơn nữa là ở loài người. Chúng ta quên đi rằng đó là một tính chất tự nhiên phổ quát và bình đẳng ở cả muôn loài. Một cách ích kỷ, chúng ta đã thu hẹp nhận thức về tính chất quý giá và mong manh của sự sống ở một số đối tượng theo cách nhìn chủ quan của bản thân mình. Và tùy theo sự thu hẹp đó, mức độ sai lầm của đời sống chúng ta cũng thay đổi.

Với những ai chỉ biết trân quý sự sống của riêng bản thân mình, đó sẽ là người sẵn sàng bị lôi cuốn vào hết thảy mọi điều ác, bởi họ không thấy có gì quan trọng hơn là chăm lo và bảo vệ cho sự sống của riêng mình. Các bạo chúa như Thành Cát Tư Hãn, Tần Thủy Hoàng, Adolf Hitler... đều thuộc về hạng người này. Đối với họ, sinh mạng của người khác, vật khác chỉ là như cỏ rác, không đáng cho họ phải bận tâm...

Ở mức độ khá hơn đôi chút là những người chỉ biết trân quý sự sống của bản thân và gia đình mình, những người thân của mình... Những người này tuy không tàn độc đến mức như hạng người trên, nhưng tâm địa họ vẫn thường hẹp hòi, ích kỷ. Họ không thể mở rộng lòng ra để tiếp xúc với thế giới quanh họ, bởi họ luôn có cảm giác thù nghịch với những ai không phải là người thân của họ. Chính sự trân quý sự sống của bản thân và người thân của mình đã tạo cho họ cảm giác thù nghịch đó. Họ luôn cho rằng mọi người, mọi loài khác đều có thể đe doạ sự sống của họ... Và họ sẵn sàng làm bất cứ điều gì mà họ cho là cần thiết để "tự vệ"...

Nhìn lại trong lịch sử, bạn còn có thể kể ra nhiều phạm vi giới hạn khác, chẳng hạn như dựa vào dòng họ, chủng tộc, quốc gia, khu vực... Tuy nhiên, đó cũng chỉ là những nhận thức hạn chế không phổ biến, và cũng không tồn tại lâu dài trong lịch sử loài người...

Nhưng chiếm tuyệt đại đa số sẽ là những người chỉ nhận thức giới hạn tính chất quý giá và mong manh của sự sống trong phạm vi loài người. Do sự giới hạn này, người ta cho rằng chỉ có sinh mạng con người là xứng đáng và cần thiết phải được bảo vệ, còn sinh mạng của loài vật thì không cần quan tâm đến, hay nói cách khác là chẳng có gì đáng quý!

Từ lâu, điều này đã mặc nhiên được xem như nhận thức chung của loài người. Luật pháp của hầu hết các quốc gia trên thế giới đều chỉ xem việc giết người là phạm tội, mà không đề cập đến việc giết hại bất cứ loài vật nào...

Tuy nhiên, điều này cũng đang dần dần thay đổi. Gần đây, một số nước đã thông qua luật bảo vệ súc vật, luật bảo vệ các động vật hoang dã trong thiên nhiên... Thậm chí ở một số nước, việc đánh đập, hành hạ súc vật cũng đã bắt đầu bị xem là phạm pháp. Năm 1973, một tổ chức quốc tế có tên gọi tắt là CITES[1] đã thông qua một văn kiện bảo vệ các loài động thực vật đang có nguy cơ bị tuyệt chủng, với sự tham gia của 125 quốc gia. Văn kiện này đã bắt đầu có hiệu lực thi hành kể từ năm 1975. Năm 1989, tổ chức này tiếp tục đưa ra một lệnh cấm giết voi và buôn bán ngà voi. Có 120 quốc gia ủng hộ việc thực hiện lệnh cấm này.

Nhưng đó cũng chỉ mới là những dấu hiệu khả quan rất ít ỏi. Nói chung thì người ta vẫn chưa thừa nhận rằng sự sống của muôn loài đều quý giá như nhau. Và chính sự nhận thức giới hạn này đã đẩy con người ngày càng lún sâu trong ác nghiệp.

Muộn còn hơn không! Chỉ cần chúng ta chấp nhận thay đổi nhận thức sai lầm, hẹp hòi về sự sống, biết trân quý hết thảy sự sống của muôn loài, chúng ta sẽ có thể dễ dàng từ bỏ mọi ác nghiệp để có thể có được một đời sống tốt đẹp, an vui và hạnh phúc thực sự.

Tuy chưa thể xem là đầy đủ, nhưng điều cần nói cũng đã nói. Người viết không dám hy vọng là một tiếng gà khuya có thể đánh thức cả xóm làng, nhưng thật sự mong sao mỗi bạn đọc đều sẽ có một vài phút giây suy ngẫm sau khi đọc qua tập sách nhỏ

[1] Convention on International Trade in Endangered Species of Wild Fauna and Flora (CITES).

này và có được một nhận thức đúng đắn, thiết thực hơn về việc thực hành phóng sinh. Nếu được vậy thì "chuyện nhỏ phóng sinh" của chúng ta không còn là một việc "khó làm" nữa, mà sẽ là một điều tốt đẹp ngay trong tầm tay, có thể được thực hiện vào bất cứ lúc nào, cũng như những lợi ích do nó mang lại là hoàn toàn không nhỏ!

Cuối cùng, nếu như bạn cảm thấy được điều gì đó có thể giúp cho cuộc sống thêm phần thanh thản, an vui và hạnh phúc, thì đó sẽ là niềm vui lớn nhất dành cho người viết.

MỤC LỤC

Lời thưa

Trong kinh Pháp Cú, đức Phật dạy rằng: "Pháp thí thắng mọi thí." Thực hành Pháp thí là chia sẻ, truyền rộng lời Phật dạy đến với mọi người. Mỗi người Phật tử đều có thể tùy theo khả năng để thực hành Pháp thí bằng những cách thức như sau:

1. Cố gắng học hiểu và thực hành những lời Phật dạy. Tự mình học hiểu càng sâu rộng thì việc chia sẻ, bố thí Pháp càng có hiệu quả lớn lao hơn. Nên nhớ rằng **việc đọc sách còn quan trọng hơn cả việc mua sách**.

2. Phải trân quý kinh điển, sách vở in ấn lời Phật dạy. Khi có điều kiện thì mua, thỉnh về nhà để tự mình và người trong gia đình đều có điều kiện học hỏi làm theo. Không nên giữ làm của riêng mà phải sẵn lòng chia sẻ, truyền rộng, khuyến khích nhiều người khác cùng đọc và học theo. Không nên để kinh sách nằm yên đóng bụi trên kệ sách, vì **kinh sách không có người đọc thì không thể mang lại lợi ích**.

3. Tùy theo khả năng mà đóng góp tài vật, công sức để hỗ trợ cho những người làm công việc biên soạn, dịch thuật, in ấn, lưu hành kinh sách, **để ngày càng có thêm nhiều kinh sách quý được in ấn, lưu hành**.

Thông thường, việc chi tiêu một số tiền nhỏ không thể mang lại lợi ích lớn, nhưng nếu sử dụng vào việc giúp lưu hành kinh sách thì lợi ích sẽ lớn lao không thể suy lường. Đó là vì đã giúp cho nhiều người có thể hiểu và làm theo lời Phật dạy. Mong sao quý Phật tử khắp nơi đều lưu tâm đóng góp sức mình vào những việc như trên.

TINH YẾU THỰC HÀNH PHÁP THÍ

- *Mua thỉnh kinh sách về đọc, tự mình sẽ được rất nhiều lợi ích.*
- *Chia sẻ, truyền rộng bằng cách cho mượn, biếu tặng kinh sách đến nhiều người thì lợi ích ấy càng tăng thêm gấp nhiều lần.*
- *Đóng góp công sức, tài vật để hỗ trợ công việc biên soạn, dịch thuật, giảng giải, in ấn, lưu hành kinh sách thì công đức lớn lao không thể suy lường, vì có vô số người sẽ được lợi ích từ việc lưu hành kinh sách.*

www.ingramcontent.com/pod-product-compliance
Lightning Source LLC
LaVergne TN
LVHW060257051026
849517LV00003B/841
9798215005828